ஜெயமோகம்

ஜெயமோகம்

சி.சரவணகார்த்திகேயன்

ZDP
SPECIFICS

Title: Jeyamoham
Author's Name: C. Saravanakarthikeyan

Published by ZDP Specifics

ZDP SPECIFICS

(An imprint of Zero Degree Publishing)
No. 55(7), R Block, 6th Avenue,
Anna Nagar,
Chennai - 600 040

Website: www.zerodegreepublishing.com
E Mail id: zerodegreepublishing@gmail.com
Phone: 89250 61999

ZDP Specifics First Edition: January 2025
ISBN: 978-93-48439-24-6
TITLE NO ZDPS: 107

Rs. **230**/-

Cover Design&Layout: Vijayan, Creative Studio
Cover Photo: Chandru Selvam
Printed at Rathna Offset Printers, Chennai, India

சமர்ப்பணம்

கோகுல் பிரசாத்துக்கு...

பொருளடக்கம்

பகுதி 3
இன்ன பிற

ப்ரும்ம தேசம்

டிசம்பரில் புத்தகக் காட்சிக்கென படைப்புகளை நூல்களாகத் தொகுக்கும் போது நமக்கே வியப்பான, விசித்திரமான நம் புது முகம் ஒன்றைக் கண்டுகொள்வோம்.

'ரைட்டர்' கட்டுரைத் தொகுப்புக்கென என் எழுத்துக்களைத் துழாவிய போதுதான் உணர்ந்தேன், கடந்த பதினைந்து வருடங்களில் எழுத்தாள முன்னோடிகள் பற்றி ஏராளம் எழுதியிருக்கிறேன் என. அவை வழமையான புத்தக அறிமுகக் குறிப்புகள் அல்ல; பெரும்பாலும் நமது படைப்பாளிகளின் சொற்களுக்கோ செயல்களுக்கோ எதிர்வினையாக எழுதியவை. எனவே அந்த எழுத்தாளர்கள் குறித்த குறுக்கு வெட்டுத் தோற்றத்தை அளிப்பவை. அதனால் தொகுக்கத் தகுதியானவை எனத் தோன்றியது.

அப்படிச் சிதறிக் கிடந்தவற்றிலிருந்து சேகரித்தவை இப்புத்தகமாக உருப்பெறுகிறது.

30 கட்டுரைகளின் கதம்பமான இந்த நூலை இலக்கியம் மற்றும் இன்ன பிற ரசனைக் கட்டுரைகள் என்று அடையாளப்படுத்தலாம். ப்ரம்மாக்களின் தேசத்தில் ஓர் உலா!

ஜெயமோகம் என்றால் வெற்றி மீதான பெருவிருப்பு எனப் பொருள் வருகிறது. நல்ல *vibe* கொண்ட தலைப்புதான் அல்லவா! அதுவும் இலக்கியத்துக்கு நேர் எதிரான தலைப்பு!

★

இப்புத்தகத்தை மூன்று பகுதிகளாக வகுந்திருக்கிறேன். முதற்பகுதி பிரியத்துக்கும் மதிப்புக்கும் உரிய ஜெயமோகன் குறித்து எழுதிய கட்டுரைகளின் தேர்ந்தெடுப்பு.

முன்பொரு முறை அதியசங்கள் என எழுவரை ஃபேஸ்புக்கில் வரிசைப்படுத்தினேன்: 1) மஹாத்மா காந்தி 2) ஆல்பர்ட் ஐன்ஸ்டைன் 3) இளையராஜா 4) ஜெயமோகன் 5) கலைஞர் 6) கமல் ஹாசன் மற்றும் 7) ப்ரியங்கா மோகன். ஜெயமோகனை அவ்வளவு பிடிக்கும்.

ஜெயமோகன் என் வாழ்நாள் ஆதர்சம். எழுத்திலும் வாழ்விலும். இது வரை படைப்பில் என்னை ஏமாற்றாத ஒரே எழுத்தாளுமை அவர்தான். அவரைப் பற்றி எழுதித் தீராது.

பிரபலங்கள் அடக்கமானவர்களாக இருக்க வேண்டும் என்று விரும்புவது வெகுஜனப் பொதுப்புத்தியின் தாழ்வு மனப்பான்மையில் இருந்து வருகிறது. அதற்கு சொறிந்து கொடுக்கும் பிரபலங்கள் (உதா: ரஹ்மான், தனுஷ்) அவர்களின் அசல் தகுதிக்கு மீறிக் கொண்டாடப்படுவர். அதற்கு நடுவிரல் காட்டும் பிரபலங்கள் (உதா: இளையராஜா, ஜெயமோகன்) தகுதி இருந்தாலும் தூற்றப்படுவர் - அது மறைமுக அங்கீகாரம்தான்!

16 ஆண்டுகளுக்கு மேலாக சமூக வலைதளங்களில் புழங்குகிறேன். நானறிந்த வரை ஜெயமோகனுக்கு எதிராக உருப்படியாக ஒரு கருத்தும் வைக்கப்பட்டதில்லை. ஒன்று சங்கி என்பார்கள் அல்லது புளித்த மாவு என்பார்கள். அதிகபட்சமாக அவர் எங்கோ புனைவிலோ கட்டுரையிலோ எழுதிய ஒரு வரியைப் பிடிவாதமாய்ப் பிடித்துக் கொண்டு தொங்குவார்கள். அதைத் தாண்டி அவரை விரிவாக வாசித்து மறுக்கும் / விமர்சிக்கும் / நிராகரிக்கும் ஒருவரைக் கண்டதே இல்லை. அவரை அணுகுவதில் ஒருவிதப் பதற்றம் நிறைந்த தாழ்வு மனப்பான்மையே நம் ஆட்களிடம் இருக்கிறது எனத் தோன்றுகிறது.

பிரம்மாண்டங்களின் மீதான நமது ஒவ்வாமை அது. பூனை கண் மூடி உலகை இருளச் செய்வது போல் அவர் மீது வசையோ கேலியோ பொழிவதன் மூலமே அவரது நிகரற்ற சாதனைகளை இல்லாமலாக்கி விடலாம் எனக் குழந்தைத்தனமாக நம்புகிறார்கள். நிஜமாகவே இவர்களை எண்ணினால் பாவமாகவும் பரிதாபமாகவும் இருக்கிறது!

ஜெயமோகன் படைப்பூக்கத்தில் எப்படி இளையராஜாவைப் போன்றவரோ, அதே போல் அர்த்தமின்றி வெறுக்கப்படுவதிலும் அவரைப் போல் பெருங்கூட்டம் இவருக்கும் உண்டு. அதைச் சகியாது அவர் தரப்பில் நின்று வாதக் கேடயந்தாங்கி அந்த வன்ம அம்புகளை எதிர்கொள்வதை அவ்வப்போது சமூக வலைதள வெளியில் செய்து வந்திருக்கிறேன்.

ஆக, இக்கட்டுரைகள் அவரது இலக்கியப் பங்களிப்பைச் சொல்வதோடு அவர் மீதான அவதூறுகளுக்கும் பதிலிறுக்கின்றன. ஆனால் அது ஒரு கண்மூடித்தன ஆதரவாக அல்லாமல் ஆய்ந்து அவர் தரப்பு நியாயத்தை முன்வைக்கின்றன. வெறுமனே அவரை விதந்தோதுவதாக அல்லாமல், அவசியமான இடங்களில் மறுத்தும் எதிர்த்தும் எழுதி இருக்கிறேன். அதை மீறி ஒரு விசிலடிக்கும் ரசிகன் தென்பட்டால் அது அவர் ஆகிருதி!

இதில் இருப்பவை போக, ஜெயமோகன் குறித்து நான் எழுதிய மூன்று முக்கியமான நெடுங்கட்டுரைகள் என் முந்தைய கட்டுரை நூல்களில் இருக்கின்றன: 1) ஒரு புளித்த மாவின் கதை (அநீதிக் கதைகள் தொகுப்பு), 2) ஜெயமோகன் எனும் ஞானபீடம் (ஜோல்னா பை தொகுப்பு) மற்றும் 3) வானும் மண்ணும் (பெண் + கள் + ஊர் மின்னூல்). இது போக மேற்சொன்ன 'ரைட்டர்' கட்டுரை நூலில் ஜெயமோகன் பற்றி நிறையப் பகிர்வுகள் உண்டு. அவர் சதா சுராவை இழுப்பது போல் நான் அவரை இழுக்கிறேன்!

ஜெயமோகனைப் பாராட்டுவோர் அனைவரும் தவறாமல் சேர்க்கும் முன்னொட்டு - 'ஆயிரம் முரண்கள் இருந்தாலும்...'. உதாரணமாக, "நான் பொறுக்கியாக, வஞ்சகனாக, காம வெறியனாக எவனாக இருந்தாலும் என் எழுத்தில் ஆழ்மனம் வெளிப்பட்டிருந்தால் நான் கலைஞன், நான் இலக்கியத்தில் வாழ்வேன்." என்கிறார் ஜெயமோகன். இதுதான் இலக்கியம் பற்றிய அவரது அளவுகோல். கறாராக அறத்தைப் போற்றும் ஒரு மனதுக்கு இக்கருத்து தொந்தரவூட்டும். இதைச் சாக்கிட்டு பலர் குற்றம் செய்து தப்பித்துக் கொள்ள முடியுமே என அங்கலாய்ப்பு எழும். ஆனால் அதே சமயம் அவர் சொல்லும் விஷயத்தை முழுக்க நிராகரிக்க முடியாதே என்றும் தோன்றும். அதுதான் ஜெயமோகன்! அகலாது அணுகாதுதான் எழுத்து வேந்தனிடம் தீக்காய முடியும்! அதைத்தான் செய்திருக்கிறேன்.

ஜெயமோகனுக்கு நான் தீர்க்க வேண்டிய கடன் ஒன்று பாக்கி இருக்கிறது. அவருடைய சரிதத்தை எழுதும் பெரும்பொறுப்புக்கு அவரிடம் அனுமதி பெற்றிருந்தேன். (அதற்குக் கூட தலைப்பு ப்ரம்மா என்றுதான் யோசித்திருக்கிறேன்.) அந்தப் புத்தகத்தின் பொருட்டு அவரது நேரத்தைக் கணிசமாகக் களவாடவும் செய்திருந்தேன். ஆனால் இது வரை அதை எழுத முடியவில்லை. மூன்றாண்டுகள் முன் ஆரம்பித்தது. இன்னும் அப்புத்தகம் ஆரம்ப நிலையிலேயே நிற்கிறது. ஏதோ ஒன்று வந்து கெடுவாய்ப்பாய் அமைந்து தாமதப்பட்டுக் கொண்டே போகிறது. அதன் நிமித்தம் ஒரு குற்றவுணர்ச்சி ஒவ்வொரு நூலை எழுதும் போதும் உண்டாகிறது. பார்ப்போம் - எப்போது அப்பணிக்கு நேரம் கூடி வருகிறது என.

★

இரண்டாம் பகுதி இலக்கியம், மொழியியல் தொடர்பான கட்டுரைகள். படைப்புகள், ஆளுமைகள், மதிப்பீடுகள், விமர்சனங்கள், அக்கப்போர்கள் என்று கலந்து கட்டியவை. பெரும்பாலும் நிதானமான தர்க்கத்தால் கட்டப்பட்டவை; நியாயமான தரவுகள் மேவி அலங்கரிக்கப்பட்டவை. எனவே பதற்றமில்லாத ஒரு கூறாய்வுத்தன்மை கொண்டவை. போக, நூல் முன்னுரை, நேர்காணல் கேள்விகள் ஆகியனவும் இதில் இடம் பெற்றுள்ளன.

இறுதிப் பகுதியான 'இன்ன பிற' பெரும்பாலும் சமீப ஆண்டுகளில் எழுதிய ரசனைக் கட்டுரைகளின் தொகுதியாக அமைந்துள்ளது. விளையாட்டான தலைப்புக்களாகத் தோன்றினாலும் கனமாக வேலை வாங்கிய இரண்டு நெடுங்கட்டுரைகளும் இவற்றில் அடக்கம். சில பழைய பதிவுகளையும் பொருத்தங்கருதி இதில் இணைத்திருக்கிறேன்.

நூலிலுள்ள மூன்று கட்டுரைகள் மெட்ராஸ் பேப்பர் இணையதளத்தில் வெளியாகின - பா.ராகவனுக்கு நன்றி. ஒரு கட்டுரை குமுதம் தீராநதியில் வந்தது - ஒருங்கிணைத்த முத்துராமலிங்கத்துக்கு நன்றி. மீதம் என் வலைதளத்திலும் ஃபேஸ்புக்கிலும் வந்தன.

★

இலக்கிய உலகில் என் நண்பர் எனச் சொல்லத் தக்கோர் அரிது. என் கூச்ச சுபாவம், திமிர்த்தனம் சம அளவில் காரணம். கோகுல் பிரசாத் அக்குறும்பட்டியலில் வருபவர்.

அறிவும் நேர்மையும் ஒன்றிணையும் புள்ளிகள் அதிகம் நிகழ்வதில்லை - அதுவும் இலக்கிய உலகில் அவையிரண்டும் எதிர்த் துருவங்கள். கோகுல் அப்படியான ஓர் அரிய நிகழ்வு. அடிப்படையில் தேர்ந்த ரசனைக்காரர். இதழாசிரியர், தீவிர வாசகர், தீவிர சினிமா ரசிகர், எழுத்தாளர் என நான்கு அடிப்படைகளில் அவர் மீது மரியாதை உண்டு. அவர் வயதில் பங்களிப்பில் அவரளவுக்கு உயரங்கள் தொட்ட இன்னொருவரை தமிழ்ச் சூழலில் நான் அறியவில்லை. அதை நீட்டித்தால் இன்றைய அவரது பங்களிப்புக்கு, இனி அவர் செல்லப் போகும் தூரம் பற்றிய பிரமிப்பு கூர்ந்து கவனிக்கும் எவர்க்கும் எழவே செய்யும். அதற்குக் காரணிகள் அவரது அர்ப்பணிப்பும் நேர்மையுமே. அவர் போல் கூரான பார்வையும் சமரசமற்ற பிடிவாதமும் கொண்ட விமர்சகர்கள் தமிழ் இலக்கிய உலகில் அரிது என்றே சொல்வேன். இலக்கியமோ சினிமாவோ அவரது அளவுகோல்கள் மிகக் கறாரானவை. நட்பிற்கோ, மரியாதைக்கோ வளையாதவை. அதனால் அவரது கருத்துக்கள் பலருக்கும் அதிர்ச்சி அளிப்பதில் வியப்பில்லை. என் நாவல்களையும் சிறுகதைகளையும் அவர் சராசரி என்ற இடத்தில்தான் வைத்திருக்கிறார் என்பது தாண்டி அதைத் தயக்கமின்றி முகத்துக்கு நேராகச் சொல்லவோ எழுதவோ முடிந்த நிலையில்தான் எம் நட்பிருக்கிறது. அவருக்கு இந்நூலைச் சமர்ப்பிப்பது பொருத்தம்.

என் புத்தகங்களின் உள்ளும் உருவும் செம்மையாக்கம் செய்ய உதவும் சௌம்யாவுக்கு அன்பு. ஸீரோ டிகிரி வழி பதிப்பிக்கும் ராம்ஜீ நரசிம்மனுக்கும் ஆர். காயத்ரிக்கும் நன்றி!

சி.சரவணகார்த்திகேயன்

ஓஷோ பிறந்த நாள், 2024

பகுதி 1

ஜெயமோகம்

1. ஆசான் விளி

ஜெயமோகன் ஆசான் என்று பரவலாக அழைக்கப்படுவதில் தனக்கு உவப்பில்லை என விநாயகமுருகன் நேற்று எழுதி இருந்தார். அந்தப் பதிவில் "ஜெயமோகனுக்குப் பிறகு வந்த எல்லா எழுத்தாளர்களும் அவரது மாணாக்கரே" என்று சொல்லி இருந்தேன். அதை ஒட்டி எழுத்தாளர்கள் தரப்பில் இருந்தே சில மறுப்புகளும் பல நேரடி, மறைமுகக் கேலிகளும் வந்த வண்ணமிருக்கின்றன. எனவே இவ்விளக்கம் அவசியமாகிறது.

இளையராஜாவுக்குப் பின் இசையமைக்க வந்தவர்களிடம் அவரது பாதிப்பு இருந்தே தீரும் என்று சொல்வார்கள் அல்லவா! அதைப் போல் எழுத்தில் இதைச் சொன்னேன். எழுத்தில் நானறிந்த வரை *90%* பேர் ஒருவர் அல்லது சிலரது எழுத்தின் பாதிப்பிலோ தொடர்ச்சியாகவோதான் எழுதுகிறார்கள். அந்த *inspiration* இங்கும் இருக்கலாம், மேற்கிலும் இருக்கலாம். மற்றபடி, பூரண சுயம்பு என்று சொல்லத்தக்க எழுத்தாளர்கள் மிகக் குறைவு. இந்த அடிப்படையை முதலில் புரிந்து கொண்டு ஏற்கத்தான் வேண்டும்.

நான் சொன்ன கருத்தின் பொருள் என்ன? "ஜெயமோகன் பிரபலமடையத் தொடங்கிய பின் எழுத வந்தோரிடம் எழுத்தில், வாழ்வில் அவரது செல்வாக்கு இருக்கிறது" என்பதே.

உத்தேசமாக 2005ம் ஆண்டைக் கொள்ளலாம். அப்போது அவர் விஷ்ணுபுரம், பின்தொடரும் நிழலின் குரல், கொற்றவை ஆகிய மூன்று மாஸ்டர்பீஸ்களை எழுதி விட்டார் (இவை போக ரப்பர், காடு, கன்னியாகுமரி, ஏழாம் உலகம் நாவல்கள்), பிரமாதமான பல சிறுகதைகள், குறுநாவல்களை எழுதி விட்டார் (அவை உயிர்மையில் பெருந்தொகுப்புகளாக வெளியாகின), நாவல் பற்றிய தன் அதிரடிக் கருத்துக்களை நூலாக வெளியிட்டு விட்டார், இலக்கிய முன்னோடிகள் வரிசை ஏழு நூல்களை எழுதி விட்டார், சங்கச் சித்திரங்களும் இந்து ஞான மரபில் ஆறு தரிசனங்களும் எழுதி விட்டார், இவை போக இலக்கிய நேர்காணல்கள், சிறுவர் நூல், பேய்க் கதைகள், விஞ்ஞானக் கதைகள், மொழிபெயர்ப்பு, நாடகம், உரைகள் என ஏராளமான பங்களிப்புகள்.

அதாவது அவர் அன்றைய இளம் தலைமுறை (நாற்பதுகள்) எழுத்தாளர்களுள் தான் முதன்மையானவன் என்று ஐயந்திரிபற நிறுவி விட்டார். இன்னும் சொன்னால் அன்று மிகப் பெரும்பாலான தமிழ் எழுத்தாளர்களின் வாழ்நாள் பங்களிப்பே அதை விடக் குறைவுதான். ஆக, அப்போதே அவர் அன்றைய சமகால எழுத்தாளர்களால் ஆதர்சமாகக் கருதத்தக்க பேராளுமைதான்.

அதன் பிறகு எழுத வந்தவர்கள் நிச்சயம் இவற்றையெல்லாம் வாசிக்கும் போது அது அவர்கள் இலக்கியக் கருத்தாக்கம் மற்றும் அணுகுமுறை மீது பாதிப்பு ஏற்படுத்தவே செய்யும். நான் ஓர் உதாரணம். என் போல் பலரும் இருப்பதை அறிவேன். அதை நீட்டித்தே எல்லோரும் மாணாக்கர் என்றேன்.

நாவலின் புற அளவு, அதன் பேசுபொருளின் விஸ்தீரணம் ஆகியவற்றில் அவர் தமிழ்ச் சூழலில் ஒரு பதற்றத்தை அதன் வழி மாற்றத்தை உண்டாக்கினார். நவீனப் படைப்புகளில் செவ்வியல்தன்மையைக் கொணர்வது பற்றி எழுத்தாளர்களுக்கு ஒரு தெளிந்த பார்வையை அளித்தார். குறைவாக எழுதுவதே தரமாக இருக்கும் என்ற மூட நம்பிக்கையை உடைத்தெறிந்தார். அன்று அவர் செய்தது சமரசமற்ற *benchmark setting.*

மொத்தமாகவே இருபதரை சிறுகதைகள் எழுதி விட்டு கடந்த ஈராண்டுகளாக ஒரு சிறுகதையும் எழுதாமல் திரிந்து கொண்டிருக்கிறேன். தமிழின் சில பெரும் எழுத்தாளர்கள் தம் மொத்த ஆயுளிலுமே 69 சிறுகதைகள் எழுதவில்லை.

அவ்வகையில் ஜெயமோகன் செய்திருப்பது மனிதன் செய்கிற வேலை அல்ல; பைசாச எத்தனம். இதற்கு முன் இளையராஜா மட்டுமே இப்படியான பிரமிப்பை அளித்திருக்கிறார். எண்ணிக்கை முக்கியமில்லைதான். ஆனால் அதைச் சாக்காகச் சொல்லிக் கொண்டு எத்தனை நாள் தப்பிப்பது! இளம் தலைமுறை எழுத்தாளர்களுக்கு இது ஓர் அறைகூவல்.

இது போக, தனி வாழ்விலும் அவர் எழுத்தாளன் எப்படி *focussed* ஆகச் செயல்பட முடியும் என்பதற்கும் தமிழ்ச் சமூகத்தில் மரியாதையாக எப்படித் தன்னை *place* செய்து கொள்ள முடியும் என்பதற்கும் குடும்பத்தையும் எழுத்தையும் எப்படி *balance* செய்து செயல்பட முடியும் என்பதற்கும் நிகரற்ற உதாரணமாக இருக்கிறார். அதன் மீது மதிப்பும் பொறாமையும் கொண்ட எழுத்தாளர்கள் (அவரினும் மூத்தோர் கூட) உண்டு. அதை அவரவர் மனசாட்சிக்கே விடுகிறேன். எதிர்தரப்பாக இருந்து கொண்டு (அதுவும் அவர்களின் கற்பிதம்தான்) இப்படி அற்புதமாக எழுதுகிறானே என்று ரகசியமாக வாயிலும் வயிற்றிலும் அடித்துக் கொண்டு ஆனால் அவரிடமிருந்து பயில்கின்றனர்.

இது ஆரம்ப காலகட்டம். பிற்பாடு கடந்த இருபதாண்டுகளில் இவற்றை எல்லாம் பல்கிப் பெருக்கி எழுத்தாளன் என்பவன் ஓர் இயக்கமாக மாற முடியும் என்று சொல்லிக் கொடுத்து விட்டார். எந்த ஊடகத்தையும் அரசையும் நம்பி எழுத்தாளர் நிற்க வேண்டியதில்லை, சாஹித்ய அகாதமியும் விக்கிபீடியாவும் சரியில்லை எனில் அதைப் பிடித்துத் தொங்கிக் கொண்டிருக்க அவசியமில்லை, எழுத்தாளனே மாற்று ஏற்பாடுகளை முன்னெடுக்கலாம் என்ற பிரம்மாண்டச் சிந்தனை அடுத்த தலைமுறை எழுத்தாளனுக்குத் தரும் கிளர்ச்சி சாதாரணமானதல்ல. ஏழு ஆண்டுகள் ஒரு தவம் போல் தினம் தினம் எழுதி உலகின் பெரிய நாவலை ஆக்கும் படைப்புத் திறனை, ஒழுக்கத்தை எனக்குக் கற்பித்தவரை ஆசான் என்று சொல்ல எனக்கு எந்தத் தயக்கமும் இல்லை. அதைக் கற்க விரும்பும் எந்த எழுத்தாளனுக்கும் அவர் வாழ்வு ஒரு பாடம்.

அதனால் மிக மிக ப்ரக்ஞைப்பூர்வமாகவே சொல்கிறேன்: ஜெயமோகன் பிரபலமான பின் எழுத வந்த எழுத்தாளர்கள் எல்லோரிடமும் எழுத்து, வாழ்வு என ஏதோ ஒரு வகையில்

அவரது பாதிப்பு உண்டு. அவ்வகையில் அவர் ஆசான் என அழைக்கப்படத் தகுதியுள்ளவரே! இதற்கு விதிவிலக்காகச் சிலர் இருக்கலாம். அவர்கள் அதிர்ஷ்டசாலிகள்தாம். ஆனால் *exception that proves the rule.* அவ்வளவுதான்.

(ஜூன் 20, 2022)

2. தமிழாவணம்

தமிழ் விக்கி ஒரு பிரம்மாண்ட பணி. மிக அவசியமான வேலையும் கூட. அதற்காக முதலில் ஜெயமோகனுக்கும் அவரது குழுவுக்கும் வாழ்த்துக்கள். பலரும் சுட்டியது போல் இது ஓர் அரசு மேற்கொள்ள வேண்டிய பணி. குறைந்தபட்சம் ஒரு பல்கலைக்கழகம் செய்ய வேண்டியது. அல்லது அரசியல் கட்சி மாதிரி பண பலமும் ஆள் பலமும் புழங்கும் ஓர் அமைப்பு. ஆனால் இன்று இதை ஒரு தனி மனிதரும் அவர் சார்ந்த ஓர் அமைப்பும் எடுத்துக் கொண்டு செய்கிறார்கள். அண்ணாந்து பார்க்கும் பெருஞ்செயல்.

ஏன் அவசியமான பணி? என் சொந்தக் கதையையே சொல்கிறேன். பத்தாண்டுகள் முன் எனக்கு விக்கிப் பக்கம் இல்லை. அப்போதே என் நான்கைந்து நூல்கள் வெளியாகி இருந்தன. ஓரிரு ஆண்டு காத்திருந்து பார்த்து விட்டு ஒன்றும் நடக்காததால், கூச்சம் பாராமல் நானே ஒன்றை உருவாக்கினேன். உடனடியாக அதில் பல தகவல்களை நீக்கினார்கள். இத்தனைக்கும் அவை தனிப்பட்ட தகவல்கள் அல்ல. என் புத்தகங்கள், பிற படைப்புகள் பற்றி பொதுவெளியில் சாதாரணமாகக் கிடைக்கும் தகவல்களே - *ambiguous*-ஆன, ஆதாரமற்ற தகவல்கள் ஏதுமில்லை. ஆங்காங்கே சிதறிக் கிடப்பதைத் தொகுத்துக் கொடுத்தது மட்டுமே நான்

செய்தது. ஆனாலும் நீக்கினார்கள். அவை ஓர் எழுத்தாளன் குறித்த அத்தியாவசியத் தகவல்கள். அதை ஏன் நீக்க வேண்டும் எனப் புரியவே இல்லை. விசாரித்த போது மற்ற தமிழ் எழுத்தாளர்களுக்கு இவ்வளவு நிறையத் தகவல்கள் இல்லை என்றார்கள். என்னவோர் அபத்தமான பதில்!

தவிர, இந்த விக்கிக்கும் இதற்குப் பங்களித்தவருக்கும் நெருங்கிய தொடர்பு இருக்கிறது என *flag* செய்தார்கள். அது அப்பக்கத்தில் இருக்கும் தகவல்களைக் கேள்விக்குள்ளாக்கும் செயல். அவர்கள் செய்யத் தவறியதை வேறு வழியின்றி நான் செய்ததற்கே இத்தனை அக்கப்போர். அதிலிருந்து அதை நான் தொடுவதில்லை. அப்படி முதன் முறை என் பற்றி நானே உருவாக்கிய பக்கத்திற்குப் பின் அதில் புதிதாகச் சிறுஅளவில் மட்டுமே தகவல் சேர்த்திருக்கிறார்கள். இப்படி ஓர் அரசாங்க அலுவலகம் மாதிரி, ஆமை நடை மாதிரி, செத்த பிணம் மாதிரிதான் இலக்கியம், கலை, பண்பாட்டு விஷயங்களில் விக்கிபீடியா தமிழ்ப் பிரிவு செயல்பட்டு வருகிறது (விக்கிபீடியா ஆங்கில வடிவிலும் இதுவே நிலை).

இதன் காரணமாக என் விக்கி பக்கத்தை நான் எவருக்கும் பகிர்வதே இல்லை. சொல்லப் போனால் அது எவர் கண்களிலும் பட்டு விடக்கூடாது என்றும் நினைப்பேன். அதற்கும் என் இன்றைய ஆகிருதிக்கும் தொடர்பே இல்லை. அதை மறைத்து வைக்க எண்ணுவதே இயல்பு. ஆனால் அதுதான் கூகுள் தேடுபொறியில் எவரும் என் பெயரிட்டுத் தேடினால் என் பற்றிய அதிகாரப்பூர்வத் தகவலாக முதலில் காட்டும் என்பது எவ்வளவு அவலம்!

தமிழின் ஒவ்வொரு எழுத்தாளனுக்கும், கலைஞனுக்கும் இதுவே நிலையாக இருக்கும் என உறுதியாகச் சொல்ல முடியும். அதனாலேயே ஜெயமோகனின் இந்த தமிழ் விக்கி முயற்சி நம் பாராட்டுக்கும் நன்றிக்கும் உரியது. முரண் என்னவெனில் இன்று இதைக் கேலி பேசுவோர், எதிர்ப்போர் பெயரும் இதில் இடம்பெற்று அவர்களுக்கு நன்மைகள் விளைவிக்கவே போகிறது.

பலரையும் பரவலாகச் சென்றடைய விக்கி என்ற பெயரைக் கைகொள்வது கட்டாயம் என்பதையும் புரிந்து கொள்கிறேன். தவிர விக்கி என்பது தனிச்சொத்தான பெயர் அல்ல. பலரும் இப்படி எடுத்தாள்வதுதான். பெரிய நிறுவனங்களின் உள்ளே தகவல் பகிரப் பயன்படுத்தும் *internal wiki* உண்டு. அதனால் தமிழ் விக்கி என்று

பெயரிட்டது சரியான *strategic move*தான். அதனால் திடீரென விக்கியின் மீது பாசம் கொண்டு அப்பெயரை ஆட்டையைப் போட்டு விட்டார்களே என அங்கலாய்க்க அவசியமில்லை.

நேற்று தளம் பொதுவெளிக்கு வந்ததும் வந்த முதல் விமர்சனங்களில் ஒன்று மனுஷ்ய புத்திரன், வண்ண நிலவன், ஷோபா சக்தி, பா.ராகவன் போன்ற தமிழின் முக்கியப் பெயர்கள் இல்லை ஆனால் என் போன்ற சிறுவனின் பெயர் இடம் பெற்றிருக்கிறது என்பது, எனில் இது ஜெயமோகனின் சங்கத்து ஆட்களுக்கு மட்டுமானதா என்பது. முதலில் ஜெயமோகன் மீது மாளாத அபிமானம் உண்டு என்பதைத் தாண்டி நான் விஷ்ணுபுரம் வட்டத்தினனே இல்லை. என் கருத்துச் சுதந்திரத்தின் பொருட்டு எந்த அமைப்பிலும் எனை இணைத்துக் கொள்வதில்லை. அதனால்தான் திமுகவை என்னால் தயக்கமின்றி விமர்சிக்க முடிகிறது, ஜெயமோகனையும் விமர்சிக்க முடிகிறது. அதனால் அவர்கள் ஆள் என்பதால் சிலருக்கு இடம் என்பதே அர்த்தமற்ற வாதம்.

முதலில் ஒன்றைப் புரிந்து கொள்ள வேண்டும். தமிழ் விக்கி தொடக்க நிலையிலுள்ளது. இருக்கிறது. இன்னும் பல்லாயிரம் பக்கங்கள் சேர்க்கப்படும். என்றுமே இது இறுதி வடிவு அடையாது. தினந்தோறும் புதுப்பிக்கப்பட்டுக் கொண்டே இருக்கும். அதனால்தான் இதற்கு மின் வடிவமே சரியானது. உலகெங்கும் விக்கிகளின் இயல்பே இதுதான்.

அதனால் வேண்டுமென்றே சில பெயர்கள் இதில் இருட்டடிப்பு செய்யப்படுகிறது என்ற வாதங்கள் அபத்தமானவை. ஜெயமோகன் விக்கி பற்றி கொண்டிருக்கும் கனவுக்கே அது எதிரானது. அப்படி அவர் ஒருதலைபட்சமாகச் செய்தால் அது வரலாற்றுத் திரிபாக எளிதில் அடையாளம் காணபட்டு இந்த விக்கி தன் நம்பகத்தன்மையை இழக்கும் என்பது அவருக்குத் தெரியாதா? அவ்வளவு குழந்தைத்தனமாகவா சதி செய்வார்?

நான் ஜெயமோகனிடமே இது குறித்து நேற்று கேட்டேன். அவர் மிகத் தெளிவாகச் சொல்கிறார். மேற்குறிப்பிட்ட எல்லா எழுத்தாளர்கள் பக்கங்களும் ஏற்கெனவே உண்டாக்கப்பட்டு வெவ்வேறு தகவல் இடைவெளிகள் அல்லது உறுதிபடுத்தல் தேவைகளின் காரணமாக இரண்டாம் கட்ட *review*-வில்

இருக்கிறது. தமிழ் விக்கி தரும் தகவல்களின் துல்லியம் மற்றும் முழுமைக்கு அவ்வளவு தூரம் மெனக்கெடுகிறார்கள். அதனால் தாமதமாவது இயல்பே. அந்த அவகாசத்தை அவர்களுக்கு அளிப்போம். முதல் நாளே நெற்றிக் கண்ணைத் திறக்க வேண்டாம் என்றே சொல்வேன்.

எனில் என் போன்றோர் பக்கங்கள் மட்டும் எப்படிச் சடுதியில் அதில் வெளியாகின? எங்களிடமே நேரடியாகத் தகவல் கேட்டு, பின் அவை சரி பார்க்கப்பட்டு உடனே ஏற்றி விட முடிந்திருக்கிறது. அவருக்கு அருகாமையில் இருப்போரிடம் இப்படிச் செய்வது சுலபம் என்பதால் இந்த ஆரம்பக் கட்டத்தில் 'வட்டத்து ஆள் விக்கி' என்ற பிம்பம் இப்போதைக்கு எழுகிறது. அது ஒரு தற்காலிக மாயை மட்டுமே.

இதன் பின்னுள்ள சிரமங்கள், சிக்கல்கள் இரண்டும் புரிந்தவர்களுக்கு இதற்கு காலமும் ஆள் பலமும் அதிகம் தேவை என்பது விளங்கியிருக்கும். மாறாக, காழ்ப்பில், அறியாமையில் பேசுவோரை பொருட்படுத்த அவசியம் இல்லை என்றே சொல்வேன்.

இதன் பொருட்டும் தமிழ்ப் பண்பாட்டு வரலாற்றில் ஜெயமோகன் பெயர் நிலைக்கும்.

(மே 8, 2022)

३. The இந்து Fantasy

"அந்நூலை (மனுஸ்மிருதி) வெவ்வேறு சமாளிப்புகள் வழியாக நியாயப்படுத்துகிறார் என்றால், அதிலுள்ள 'நல்ல' அம்சங்களை சுட்டிக்காட்டுகிறார் என்றால் அவர் யார்?"

- ஜெயமோகன், 'மனு இன்று' கட்டுரையில்

"மனுஸ்மிருதி பெண்களை ஒட்டுமொத்தமாக இழிவுபடுத்தவில்லை. பெண்கள் சஞ்சலமனம் கொண்டவர்கள் என்று சொல்லும்போதே மறுபக்கம் அவர்களை குலத்தின் குடியின் தெய்வங்களாகவும் நிலைநாட்டுகிறது."

- ஜெயமோகன், அதே கட்டுரையின் பிற்பகுதியில்

★

மனு ஸ்மிருதி பற்றிய ஜெயமோகன் கட்டுரையில் பல விஷயங்களோடு ஒத்துப்போகிறேன். குறிப்பாக நிலப்பிரபுத்துவ வரலாற்றுப் பின்புலத்தில் அதை வைத்து அதன் சாதி வெறி மற்றும் பெண்ணடிமைக் கருத்துக்களை ஆராய்ந்திருப்பது. அடுத்தது நேற்றின் ஆபாசங்களின் வழியேதான் இன்றைய நிலையை அடைந்திருக்கிறோம் என்ற பார்வை. அதுவும் சரியானதே. ஆனால் *ideal* இந்து மதம் என்ற கற்பனாலோகத்தில் இருந்து கொண்டு அவர் இதை அணுகினால் மனுநீதி இந்து மதத்தின் அடையாளமல்ல என்று *biased* ஆகத்தான் பேச முடியும். நிஜ

நிலவரம் மனுவில் சொல்லப்பட்டிருக்கும் பல விஷயங்கள் இன்று இந்துச் சமூகத்தில் புழக்கத்தில் இருக்கின்றன என்பதே.

மனு ஸ்மிருதி இந்து மதத்தின் ஆதார நூல் அல்லதான். ஆனால் களத்தில் இந்து மத practice-களின் summary அது. ஒருவிதத்தில் ஒப்புதல் வாக்குமூலம். அதைப் படித்து இந்துக்கள் பின்பற்றுவது குறைவுதான். ஆனால் நடப்பில் இந்து மதத்தில் இருப்பதையே பெரும்பாலும் அது சொல்கிறது. கடந்த இரு நூற்றாண்டுகளின் சமூக சீர்திருத்தங்களின் மூலம் அவற்றில் சில விஷயங்களில் மாறிவிட்டோம். ஆனால் இன்னும் நிறைய அதையொட்டிய அட்டூழியங்கள் நம்மிடம் இருக்கின்றன. மனுவை நாம் இன்றும் எதிர்க்க வேண்டியதன் காரணமும் இதில்தான் அடங்கியுள்ளது: Still, it is relevant in Hinduism.

ஆனால் ஜெயமோகன் எளிதாக இன்றைக்கான புதிய நெறிகளை (ஸ்மிருதிகளை) இந்து மதம் உருவாக்கிக் கொள்ளவேண்டும் எனக் கூறிக் கடக்கிறார். அத்தனை எளிதல்ல.

★

"அம்மா அப்பாவி, சின்னம்மாதான் எல்லாத் தவறுகளும் செய்தார்" கோஷ்டி is as same as ஜெயமோகன் சொல்லும் "இந்து மதத்தில் தவறில்லை, மனு ஸ்மிருதிதான் பிரச்சனை."

ஜெயமோகன் இந்து மதத்தின் version ஒன்றைக் கற்பிதம் செய்து கொள்கிறார். அதன் தரப்பில் நின்று கொண்டு தொடர்ந்து கடுமையாக வாதிடுகிறார். அப்படி ஒன்று நடைமுறையில் இல்லை என்பதே உண்மை. அலைந்து திரியும் சில அசல் துறவிகள், வேறு வேலை ஏதுமின்றி சதா ஆன்மீகத்தைப் பற்றியபடி நிற்கும் சொகுசு கொண்ட சிலர் இவர்களுக்கு அப்படி ஒரு தத்துவார்த்த இந்து மதம் மனதில் இருக்கலாம்.

ஆனால் சராசரி இந்துக்களுக்கு (இவர்களே எண்ணிக்கையில் 99%) இந்து மதம் என்பது பொருள் புரியாத சடங்குகளின் தொகுப்பு, சில கடவுளர் புராணங்களை உள்ளடக்கியது, ஏராளக் கோவில்கள் கொண்டது, எல்லாம் விட முக்கியமாய் சாதிப் படிநிலைகளை வலுவாய் ஆதரிக்கும் அமைப்பு. கள யதார்த்தத்தில் இந்து மதம் என்பது இதுவே.

ஞான மரபின் ஆறு தரிசனங்களோ, பகவத் கீதையோ, வேதங்களோ, பிற சுருதிகளோ இல்லை. சராசரி இந்துக்களுக்கு இந்தப் பெயர்கள் கூட அறிமுகமாகி இராது. அவர்கள் வாழ்க்கைக்கும் இவற்றுக்கும் எந்தத் தொடர்பும் இல்லை. மதம் என்பதே *way of living* எனும் போது இத்தத்துவங்களுக்கும் இன்றைய இந்து மதத்துக்கும் தொடர்பில்லை என்றாகிறது (அல்லது இந்த 99% பேர் *so-called* இந்து மதத்தில் இல்லை என்றாகிறது).

எளிமையாய்ச் சொன்னால் காதல் புனிதமானது என்பது உண்மைதான். ஆனால் இன்று 99% காதல்கள் உடல் சார்ந்து, பணம் சார்ந்து, அந்தஸ்து சார்ந்து, சாதி / மதம் சார்ந்து, லாப / நஷ்டக் கணக்கீடு சார்ந்துதான் வருகின்றன. அவ்வளவு ஏன் பொழுதுபோக்காகக் கூட நடக்கிறது. காதலர்களில் '96' ராம் என்ற விதிவிலக்கு இருந்தது போல் ஓர் அரிய இந்து மத வடிவம் பற்றி ஜெயமோகன் சொல்லிக் கொண்டிருக்கிறார். அது ஒரு *fantasy!*

ஜெயமோகன் பேசும் இந்து மதம் ஒரு *theory*. கறிக்குதவாத ஏட்டுச் சுரைக்காய். நிஜத்தில் இந்தியாவில் *practice* செய்யப்படும் இந்து மதத்துக்கும் அதற்கும் எந்தத் தொடர்பும் இல்லை. நடப்பிலிருக்கும் இந்து மதம் என்பது சீழ் பிடித்து நாறிக் கொண்டிருக்கிறது.

★

இந்து மதத்தில் இருக்கும் தவறுகளுக்கும் அசல் இந்து மதத்துக்கும் தொடர்பில்லை என்பதே ஜெயமோகனின் நிலைப்பாடு. அவர் சொல்லும் / நம்பும் அசல் இந்து மதம் என்ற ஒன்று இல்லவே இல்லை என்பதுதான் பிரச்சனை. இந்து மதம் சீர்திருத்தத்துக்கு *open* என்று அவர் சொல்வதே இன்றைய சூழலில் அபத்தம்தான். அவர் பழைய வரலாற்றை வைத்து இந்தக் கனவு காண்கிறார். இந்து மதத்தின் பல குறைகளையும் ஒப்புக் கொண்டு அதற்கும் இந்து மதத்துக்கும் சம்மந்தமில்லை என்கிறார். அதன் மூலம் இந்து மதத்தை விடுவிக்கிறார். அவர் பேசுவது இந்து மதம் என்ற சித்தாந்தத்தை. ஆனால் இங்கே இன்று பிரச்சனைக்கு உள்ளாகி இருப்பது அதன் *reality*. மதம் என்பது அதைப் பின்பற்றும் மக்கள்தானே ஒழிய, அதன் ஏட்டுச் சுரைக்காய் வடிவல்ல.

ரஷ்ய ஸ்டாலினின் அட்டூழியங்களைக் கேள்வி கேட்டால் கம்யூனிஸ்ட்கள் இப்படிச் சொல்வர்: கம்யூனிஸச் சித்தாந்தம்

நல்லதே, ஆனால் அதை அமல்படுத்திய தேசங்களில் பிழைகள் நடந்துவிட்டன. அது வெறும் சப்பைக்கட்டு, சமாளிப்பு, முட்டுக்கொடுத்தல். அல்லது கம்யூனிஸம் மீதான முரட்டு விசுவாசம் கண்ணை மறைக்க, அப்படி நம்பிக்கொண்டிருக்கிறார்கள். அதையேதான் ஜெயமோகன் இந்து மத விஷயத்தில் செய்கிறார் என்று சொல்கிறேன். இத்தனைக்கும் மேற்சொன்ன கம்யூனிஸ அபத்தத்தை 'பின்தொடரும் நிழலின் குரல்' என்ற நாவலில் கிழித்து தொங்கவிட்டவர் ஜெயமோகன்!

★

"எழுத்தில் எப்படி தீவிர இலக்கியம், வெகுஜனப் படைப்பு என இரண்டு இருக்கிறதோ அப்படியே இந்து மதத்தில் அதன் உயர்ந்த தத்துவார்த்தத்தைப் பேசும் ஸ்ருதிகளும் (வேதம், கீதை முதலியன), கீழ்மை நிறைந்த ஸ்மிருதிகளும் (மனு நீதி உள்ளிட்டவை) இருக்கின்றன, ஆனால் இந்து மதத்தின் நிஜ அடையாளம் ஸ்ருதிகளே, தமிழ் மொழியின் அடையாளம் தீவிர இலக்கியமே என்பது போல்." - இதுவே ஜெயமோகன் தரப்பின் சாரம். ஆனால் இலக்கியம் - மதம் என்ற ஒப்பீடே சரியானதல்ல என்பதுதான் நான் சுட்டுவது.

ஒரு மொழியில் வெகுஜன எழுத்தைக் கொண்டு அதன் இலக்கியத்தை எடை போட முடியாது. ஏனெனில் இலக்கியம் நேரடியாய் இன்றைய மக்களுக்கானதல்ல. அது மானுடத்துக்கானது. ஆனால் மதம் என்பது நேரடியாக மக்களுக்காகவே உருவானது. அதில் பெரும்பான்மையினர் பின்பற்றுவதுதான் மதத்தின் அசல் ரூபம். அதனால்தான் மனு போன்றவை இந்து மதத்தின் அடையாளங்கள் என்கிறோம். ஜெயமோகன் மனு கீழ்மை கொண்டது என்று ஒப்புக் கொண்டாலும் இந்து மதத்தை அந்தப் பொறுப்பு / பழிபாவத்திலிருந்து தப்புவிக்க முயல்கிறார். அது அவரது சார்பின் தடுமாற்றம்.

(அக்டோபர் 28, 2020)

4. புரட்டும் புரட்டலும்

ஜெயமோகன் இதில் எதிர்நிலைப்பாடு எடுப்பது (அயோத்திதாசருக்கு ஆதரவு) ஆச்சரியம் இல்லை. சொல்லப் போனால் அயோத்திதாசர் இவ்வளவு தூரம் தமிழ் அறிவுலகில் பேசுபொருளாகக் காரணமே அவர்தான். இங்கே தலித் ஆய்வாளர்களின் பங்கை நான் குறைத்து மதிப்பிடவில்லை. அது நிச்சயம் அவரை விடப் பன்மடங்கு பெரியதுதான். ஆனால் ஜெயமோகனின் நட்சத்திர அந்தஸ்து காரணமாக அவர் அயோத்திதாசரைக் கையிலெடுத்த போதே இங்கே அவரை பொருட்படுத்தி வாசிக்கவும் ஆதரிக்கவும் எதிர்க்கவும் ஆரம்பித்தார்கள். அவ்வகையில் ஒரு மொக்கை விவகாரத்தில் எங்களின் உங்களின் இவ்வளவு நேர விரயத்துக்கும் காரணம் ஆசானே.

மற்றபடி, வரலாற்றைப் புரட்டிப் போடுகிறேன் என்ற பெயரில் புரட்டுகளை உளறுபவரை எல்லாம் பண்டிதராக ஏற்க முடியாது. தேடிப் பார்த்தால் வரலாற்றில் அது மாதிரி ஆயிரம் பேர், எதையாவது அடித்து விட்டிருப்பார்கள், இன்றைய சீமான் உட்பட. யார் என்ன உள்நோக்கில் செய்தது, என்ன உள நிதானத்தில் பேசியது என்பதை எல்லாம் கண்டறிவது அத்தனை சுலபம் அல்ல. எவ்வளவு வசீகரமானதாக இருந்தாலும் எவ்வளவு பெரிய ஆளுமை அதை உதிர்த்திருந்தாலும் பொய் என்பது பொய்தான். அதனால் அதையெல்லாம் ஓர் ஆதார மையம் எனக் கையில் வைத்துப் பேச ஆரம்பித்தால் தமிழ்ச் சமூகமே பைத்தியகார விடுதி மாதிரி தோன்றும். இது அதன் தொடக்கப் புள்ளி.

ஏன் எதிர்த்தரப்பை வாதங்களால் அல்லாமல் பகடியால் எதிர்கொண்டோம் என்றால் தர்க்கத்தையும் பகுத்தறிவையும் பிடித்துத் தொங்குகிறோம் என்பதை ஏதோ ஒரு குற்றச்சாட்டு போல் வைக்கிறார்கள் என்றால் விவாதத்துக்கு எந்தச் சட்டகமும் *(frame of reference)* இல்லாது போகிறது. அறிவும் நேர்மையும் அவசியமற்ற இடம். எனில் "நீயும் உளறு, நானும் உளறுவேன்" என்பதுதான் அவர்களின் விவாத முறையே. அது பிள்ளை விளையாட்டு ஆகிவிடும். உங்கள் உயரத்துக்கு அது மகிழ்ச்சி ஊட்டக்கூடியதாக இருக்கலாம். எனக்கு வயதேறி விட்டது. ஆளை விடுங்கள்.

பண்பாட்டுச் சாயம் பூசிக் கொண்டு பொய்யை, கற்பனையைச் சீரியஸாக எடுத்துக் கொண்டு ஒரு தரப்பு பேசும் போது ஒதுங்கி நின்று கொள்ள வேண்டியதுதான். இதை ஆதரித்தால் வன்னியர்கள் அக்னிச் சட்டியிலிருந்து பிறந்தவர்கள் என்பதையும் இன்னும் பல ஆண்ட சாதிப் பெருமிதப் புராணங்களையும் ஏற்க வேண்டி வரும். பார்ப்பனர்களின் பொய்களையும் எதிர்க்க முடியாது. அது எவ்வளவு அபத்தமான, ஆபத்தான நிலைமை!

அல்லது எம் புராணம்தான் அக்மார்க் உண்மைப் புராணம், மற்றதை மறந்து விடு என இளித்தால் அது கோமாளித்தனம். நாங்கள் எல்லாப் புரட்டுகளையும்தான் எதிர்ப்போம்.

கத்தி யார் வெட்டினாலும் வெட்டும். நீங்கள் அதை ஏதோ உங்களுக்கே பிரத்யேகமான ஆயுதம் போல் அசட்டுத்தனமாக நம்பிக் கொண்டிருக்கிறீர்கள். இத்தனை நாளும் இதைக் கண்டும் காணாமல்தான் போய்க் கொண்டிருந்தோம் (தருமராஜ் நூலை ஒட்டி எழுதக் கேட்கப்பட்ட ஆய்வுக் கட்டுரையில் மட்டும் அவரை ஏற்கவில்லை எனப் பதிவு செய்திருந்தேன்). சரி, அவர்கள் வழி, என்னவோ செய்யட்டும் என. ஆனால் ஒரு பக்கம் இந்துப் புராணங்களை, பிற மத மூடத்தனங்களை எல்லாம் கேலி செய்து கொண்டு மற்றொரு பக்கம் அயோத்திதாச பௌத்தத்துக்கு மட்டும் சலுகை அளிக்க முடியாது என்பதால் இதில் எம் மறுப்பை, விமர்சனத்தையும் பதிவிட்டோம். ஏனெனில் ஒடுக்குமுறைக்கு எதிரானது என முலாம் பூசி வந்தாலும் பொய்மை பொய்மையே!

இன்னொரு விஷயம் இவர்களுக்குள்ளேயே ஒரே நிலைப்பாடு இல்லை. பல ரூபங்கள் கொண்டிருக்கிறது. ஒருவர் இது புரட்டு

ஆனால் மாற்றத்துக்கான ஆயுதம் என்கிறார், மற்றொருவர் உண்மை என்கிறார். இதுதான் பொய்மையின் ஆதாரப் பிரச்சனையே. அதை ஆதரிப்போரிடையே கூட அது ஒற்றை வடிவில் இருக்க முடியாது. பொய்க்கு நூறு முகம். அவர்களே அவர்களுக்குள் நாளை சண்டையிடும் அவல நிலை வரலாம்.

இன்னொரு விஷயம். ஏதோ பெரியாரிய ஆதரவாளராக இருப்பதால்தான் நாங்கள் இதை எதிர்க்கிறோம் என்ற திரிப்பு வாதம். உலகில் பெரியார் மட்டும்தான் பகுத்தறிவை முன்வைத்தாரா என்ன? சார்வாகம் காலந்தொட்டு அது இருக்கிறது. தவிர, விஷய ஞானமும் தர்க்கப் புத்தியும் கொண்ட எவரும் அப்படித்தான் சிந்திக்க முடியும். அப்புறம் ஏன் பெரியாரை இதில் இழுக்கிறார்கள்? அப்போதுதான் பெரியார் - திராவிடம் - திமுக - இடைநிலைச் சாதி ஆதிக்கம் என்ற வாதத்தை முன்னெடுக்க முடியும் என்பதே இவர்கள் திட்டம். அதன் அடிப்படையில் நான் இந்து மதத்தைக் காக்க முனைகிறேன், பௌத்தத்தை வெறுக்கிறேன், சாதி வெறியில் பேசுகிறேன் என்றெல்லாம் வக்கிரம் நிறைந்த அவதூறுகள் வீசப்பட்டன. என் புத்தகங்களை விடுங்கள், தினசரி ஃபேஸ்புக் பதிவுகளைப் படிப்பவர்கள் கூட இதெல்லாம் எவ்வளவு கிறுக்குத்தனம் நிறைந்த *character assasination* எனப் புரிந்து கொள்ள முடியும். ஆனால் இவர்களுக்கு அயோத்திதாச வெறியில் உண்மை கண்ணில் தெரியாதே. உண்மையே அலர்ஜி ஆயிற்றே!

உண்மையில் இங்கே நடந்து கொண்டிருப்பது ஓர் அப்பட்ட மிரட்டல். அயோத்திதாசரை மறுத்தால் நீ சாதி வெறியன், பா. ரஞ்சித் படத்தைக் குறை சொன்னால் நீ சாதி வெறியன், திருமாவளவனை விமர்சித்தால் நீ சாதி வெறியன் - இன்னும் ஏராளமான தட்டையான விதிகள் கொண்ட சாதி வெறி மிரட்டல்கள். இது மிக மிக ஆபத்தான சூழல்.

இது தொடர்பாக போதுமான அளவு பேசி விட்டதாகவே நினைக்கிறேன். அலுப்பும் கசப்பும்தான் மிச்சம். இனி நான் இதில் எதிர்க்கவோ விவாதிக்கவோ ஒன்றும் இல்லை.

நீங்கள் உங்கள் விருப்பப்படி சட்டையைக் கிழித்தபடி சுற்றலாம். வாழ்த்துக்கள்!

(ஜனவரி 16, 2022)

5. அறமும் இரக்கமும்

தேசியமயமாக்கப்பட்ட வங்கியின் பெண் ஊழியை வேலை செய்யும் பக்குவம் பற்றிய ஜெயமோகனின் பதிவு கண்டேன். ஏறத்தாழ அவர் சொல்லி இருக்கும் அதே கருத்தின் சாரம்தான் வீடியோ பார்க்கையில் எனக்கும் தோன்றியது. ஆனால் நான் எழுதவில்லை என்பது மட்டுமே வித்தியாசம். (காரணம் தயக்கமல்ல; ஆர்வமின்மை.)

அப்பெண் வேலை செய்வதை அவரது அனுமதியின்றி ஒளிப்பதிவு செய்ததும் அதைப் பொதுவெளியில் பகிர்ந்ததும் பெரும் தவறுதான். அது தனி மனித உரிமை மீறலில்தான் வரும். அதை நானும் கண்டிக்கிறேன். ஆனால் அந்த ஒரு பிசகை ஒதுக்கி வைத்து விட்டு அந்த விஷயத்தை மட்டும் கவனிப்போம். (அக்காட்சியை நேரில் நாம் காண்பதாக அனுமானம் செய்து கொண்டு அதற்கான எதிர்வினையை ஆற்றலாம் அல்லவா!)

சிலருக்கு நாட்டுடமையாக்கப்பட்ட வங்கிகளில் நல்ல அனுபவம் வாய்த்திருக்கிறது என்பது அவர்களின் பதிவுகளிலிருந்து தெரிகிறது. ஆச்சரியம்தான். ஆனால் எல்லோருக்கும் அந்த அதிர்ஷ்டம் இருப்பதில்லை. நான் பார்த்தவரை பெரும்பாலும் அங்கெல்லாம் உவப்பற்ற அனுபவங்களே எனக்கு இருந்திருக்கின்றன. (தனியார் வங்கிகளிலும் சில சமயம் இது மாதிரி அனுபவம் உண்டு, போலவே தேசிய வங்கிகளில் நல்ல சுறுசுறுப்புடன் உழைக்கும்

ஊழியர்களைக் கண்டதுண்டு என்பதை இங்கே நான் சொல்ல வேண்டியதில்லை. அவை யாவும் விதிவிலக்குகள். நான் பேசுவது சுறுசுறுப்பு சார்ந்து இந்த இருவகை வங்கிகளின் பிரதான முகம் பற்றி மட்டுமே.)

அந்தப் பெண்ணைக் கூட்ட நெரிசல் மிகுந்த அந்த வங்கியில் நேரடியாய் மக்களுடன் புழங்கும் சிரமமான பணிக்கு வைத்திருப்பதே பிரம்மாண்ட அயோக்கியத்தனம்தான்.

அங்கே வரிசையில் வந்து காத்திருக்கப் போவது அம்பானிகள் அல்ல; சாதாரண நடுத்தர வர்க்கத்தினர். அரசுடைமையாக்கப்பட்ட வங்கி எனும் போது அதற்கும் கீழான வசதி கொண்டோரும் இருப்பர். உதாரணமாய் விவசாயிகள், கல்லூரி மாணவர்கள், சுய உதவிக்குழுக்கள் மூலம் சம்பாதிக்கும் பெண்கள் இப்படி. (பெரும்பாலான வங்கிப் பரிவர்த்தனைகளை கணிணியில் முடிக்கலாம் என்ற விஷயம் முழுமையாய்ப் பிடிபடாத அவ்வளவாய்க் கல்வி வாசனையற்ற ஜனங்கள்தாம் இன்னும் இத்தகு வங்கிகளில் வரிசையில் காத்திருப்பது.) இவர்கள் எல்லோருக்கும் நேரம் என்பது கடும் கட்டுப்பாடுகளுட்பட்ட விஷயம். இதில் வேலைக்கோ கல்லூரிக்கோ செல்பவர்கள் காலையில் சீக்கிரமாகவோ, மதிய உணவு இடைவேளையிலோ, மாலை வேலை முடிந்தோ அவசர அவசரமாய் வருபவர்கள் ஏராளம். (நானே இன்னும் இப்படிச் செய்து கொண்டுதான் இருக்கிறேன்.) அப்படி இருக்கும் போது ஓர் எளிய பரிவர்த்தனைக்கு 2 நிமிடம் எடுத்தால் எல்லோரும் *loss of pay*க்கோ, மேனேஜரின் வசைக்கோ, பேராசிரியரின் தண்டனைக்கோ, வீட்டினர் அதிருப்திக்கோ ஆளாக வேண்டியதுதான். அது அவர்கள் வாழ்வில் சிக்கலை ஏற்படுத்தும்; பெரிய அளவில் சமூகத்தின் *productivity*-யை பாதிக்கும்.

ஒருவரது தகுதியின்மை அப்பணி சம்மந்தப்பட்ட நூற்றுக் கணக்கானோருக்கு ஏன் தொல்லை தருவதாய் அமைய வேண்டும்? அதை ஏன் கைகட்டி நாம் வேடிக்கை பார்க்க வேண்டும்? இழப்பைப் பொறுத்துக் கொண்டு ஒருவருக்குப் பாவம் பார்ப்பதுதான் அறம் எனப்படுகிறதா? சுருக்கமாய்ச் சொன்னால் அவர் அப்பணிக்குத் தகுதியற்றவர். அசராத வேகமும் தவறாத துல்லியமும்தான் வங்கி டெல்லர் பணிக்கு

முதன்மைத் தகுதிகள். அவர் அதை விட மேலான பணி ஒன்றிற்குத் தகுதியானவராய் இருக்கலாம். அது வேறு விஷயம். தராளமாய் அவர் அந்த வேலைக்குப் போகலாம். ஆனால் வங்கி வேலைக்கு அவர் லாயக்கு இல்லை என்பதால் வெளியேற்றப்பட வேண்டியவர். சொல்ல வருவது அதுதான். அதில் அவரை அவதிப்பதாய் ஏதும் இல்லை. அவர் சிறந்த கவிஞராகவோ பெரும் சமூக சேவகியாகவோ இருக்கலாம். இங்கே விமர்சனம் வங்கி வேலைக்கான அவரது தகுதி பற்றியது மட்டுமே. அல்லது வரிசையில் நிற்கும் எவனாவது ஒருவன் கடுப்பாகி தற்கொலை செய்யும் வரை நாம் பொறுமையாகக் காத்திருக்க வேண்டுமா?

அதே வங்கியில் ஓர் ஊழியர் பணத்தைக் கையாடல் செய்தால் அந்தக் கிளை மேலாளர் சும்மா விடுவாரா. இதுவும் கையாடல் குற்றம்தான். மூன்று வேலைகள் முடிய வேண்டிய் இடத்தில் ஒற்றை வேலை செய்கிறார். நேரக் கையாடல். தினம் தினம் நூறு பேருக்கு இப்படிச் செய்யும் போது அதனால் வங்கிக்கும் வாடிக்கையாளாருக்கும் நேரும் நேர இழப்பை யோசித்துக் கொள்ளுங்கள். (நவீன வாழ்வியலில் நேரம் = பணம் என்பதைப் புரிந்து கொள்ள வேண்டும்.) அதன் நீட்சியான ஒட்டுமொத்த சமூகப் பாதிப்பு. ஆம். ஜெயமோகன் சொன்னது போல் சோஷலிஸத்தின் பக்க விளைவே இது.

அடுத்து அவருக்கு ஏதேனும் உடல் நலமின்மை இருக்கலாம் என்ற அனுதாபக் குரல்கள். பாவம்தான். அவர் நலம் பெற வேண்டும் என்பதில் எவருக்கும் மாற்றுக் கருத்தில்லை. ஆனால் அதற்காக அத்தனை வாடிக்கையாளர்களும் தினம் ஏன் அவரைச் சகிக்க வேண்டும்? ஏன் அவர்கள் பாதிப்பை வாங்கிக் கட்டிக் கொள்ள வேண்டும்? உங்கள் ஜீவகாருண்யத்தை மக்கள் சேவையை மிதிப்பதன் மூலம்தான் காட்ட வேண்டுமா?

அமெரிக்காவில் ஆட்டிஸம் ஆட்களுக்கு வங்கி வேலை கொடுப்பார்கள் என வாகாய் வக்கணையாய் அறம் பேசுபவர்கள் இந்தியா வந்து ஒவ்வொரு வரிசை நெரிசலிலும் நின்று பார்க்க வேண்டும். எவ்வளவு நேர இழப்பு, எவ்வளவு மன உளைச்சல் எவ்வளவு விளைவுகள் / பாதிப்புகள் என உணர வேண்டும். (அங்கே கொடுப்பார்கள். காரணம் அங்கே இத்தனை கூட்டம் இல்லை. எவ்வளவு மெதுவாகவும் அங்கு வேலை நடக்கலாம்.

ஆட்டிஸம் என்ன, சீரியல் கில்லர்களைக் கூட வைத்து வங்கி நடத்தலாம். இங்கே ஆகாது.)

என் பிழையல்லாத ஒரு விஷயத்துக்கு நான் ஏன் தண்டனை அனுபவிக்க வேண்டும்? அதை விடக் கொடுமை அதன் பாதகங்களை அனுபவித்தவன் வாய் திறக்கக் கூடாது. இங்கிதமாம். எவ்வளவு அநியாயம் பாருங்கள். இதற்கும் வன்புணரப்பட்ட பெண் அது பற்றி வாய் திறக்கக்கூடாது என்று சொல்வதற்கும் என்ன வித்தியாசம் நண்பர்களே?

(அக்டோபர் 27, 2016)

௬. மணி விழா

ஜெயமோகனை எழுத்துலகின் இளையராஜா என்பேன். வேகம், தரம் இரண்டும் ஒன்றுகூடிய லாகவத்தின் காரணமாக. இன்று அவர் 60-ம் அகவைக்குள் அடியெடுத்து வைக்கிறார். அடுத்த ஆண்டு மணி விழா. ஓர் இளைய எழுத்துக்காரனாக என் ஆதர்ச எழுத்தாளுமையின் இந்த காலக்கோட்டைக் கொண்டாடும் பிரேமை எனக்கிருக்கிறது.

கடந்த ஆறு மாதங்களாகவே ஏப்ரல் 22, 2022 என்ற அத்தேதியை உத்தேசித்த முயற்சிகளை மனம் சிந்தித்துக் கொண்டேதான் இருந்தது.

முதலில் அவருக்கு ஒரு பிரம்மாண்ட மணி விழா மலர் வெளியிடும் எண்ணம்தான் தோன்றியது. பிரம்மாண்டம் என்றால் கி.ரா. தொடங்கி இன்றைய முக்கியமான இளம் படைப்பாளிகள் வரை நூறு பேரிடம் அவர் பற்றிய கட்டுரை வாங்கித் தொகுத்து தமிழ் மின்னிதழில் ஒரு கனமான சிறப்பிதழ் வெளியிடுவது என்ற திட்டம். பிறகு அதை அச்சு நூலாகக் கொணர யோசித்தேன். மணி விழா மலர்கள் தமிழ்ச் சூழலில் வழமைதான். ஜெயமோகனே சுந்தர ராமசாமிக்கும், அசோகமித்திரனுக்கும் செய்திருக்கிறார். ஆனால் தமிழ் இலக்கிய உலகில் நான் அத்தனை செல்வாக்கானவன் அல்லன் என்பதாலும் தமிழ் மின்னிதழில் பெருமாள்முருகன் மற்றும் கலைஞர் சிறப்பிதழ்கள் கொண்டு வந்த போது

கட்டுரைக்காக பலர் பின் ஓடித் தொங்கிக் கெஞ்சிய கசப்பு (அப்படியும் கிட்டவில்லை) நினைவில் மிச்சமிருந்ததாலும் அந்த மணி விழா மலர் எண்ணத்தைக் கைவிட்டேன்.

பிறகு ஜெயமோகனுடன் வீடியோ உரையாடல் ஒன்றை நிகழ்த்த எண்ணினேன். இதுகாறும் அவர் வாழ்ந்த இடங்களுக்குப் போய் அந்தப் பின்னணியில் அவர் பேசுவது. 6 எபிஸோட், 5 மணி நேரம் ஓடக்கூடிய வெப் சீரிஸ் மாதிரி எடுத்து யூட்யூபில் வெளியிடலாம் என எண்ணம். அதை ஷ்ருதி டிவி கபிலனிடம் சொன்னேன். அவர் ஊதியம் பற்றிக்கூட ஒரு சொல் பேசாமல் உற்சாகமாக ஒப்புக் கொண்டார். ஆனால் பிறகு அது குறித்து மேலும் திட்டமிட முனைந்த போது அது என் பேட்டை இல்லை எனப் புரிந்தது. இம்மாதிரி ஒரு படம் எடுப்பதில் முன் அனுபவம் இல்லாத நிலையில் ஜெயமோகனை வைத்துப் பரிசோதனை செய்வது நியாயமில்லை எனத் தோன்றியது. தவிர, இந்தப் பெருந்தொற்றுக் காலத்தில் இது சம்மந்தப்பட்ட எல்லோருக்கும் ரிஸ்கை அதிகரிக்கும் பொறுப்பற்றதனம். அதனால் அந்த எண்ணத்தைக் கைவிட்டேன்.

கடைசியாய் இந்த விஷயத்தில் நான் மட்டுமே செய்யக்கூடிய பணி என்ன என யோசித்தேன். இறுதியில் அந்த எழுத்தாளனின் அறுபதாண்டு வாழ்வின் சரிதையை விரித்தெழுதுவது எனத் தீர்மானித்து விட்டேன். *The Biography of a Writer.* தமிழில் இதற்கு அதிகம் முன்னுதாரணங்கள் இருக்கிற மாதிரி தெரியவில்லை - அதாவது ஓர் எழுத்தாளன் இன்னோர் எழுத்தாளனின் சரிதத்தை எழுதுவது. (தொ.மு.சி.ரகுநாதன் அப்படி புதுமைப்பித்தன் வரலாறு எழுதியிருக்கிறார்.)

ஆங்கிலத்தில் இளையராஜாவின் சரிதத்தை எழுத வேண்டும் என்பது என் நெடுநாள் விருப்பம். அப்புறம் கலைஞரின் வாழ்வை மனச் சாய்வுகளின்றி பதிவு செய்ய விரும்பினேன். அவ்விரண்டு தவிர வேறு எவர் வாழ்வையும் எழுத வேண்டும் எனத் தோன்றியதில்லை. இப்போது மூன்றாவதாய் ஜெயமோகன்.

ஜெயமோகனின் பெருவாழ்வு எழுதப்பட வேண்டியது என்பதில் சந்தேகமில்லை. இது வெறுமனே என் விருப்பம் என்பது தாண்டி எழுத்தாளனாக என் கடமையும் கூட என்றே சொல்வேன். முன்னோடிக்கான மரியாதை. குருவுக்கான காணிக்கை.

'கண்ணன் என் காதலன்' என்றெழுதிய பாரதியின் மனநிலை. இந்த ஆண்டு பிரதானமாய் இந்தப் பணிக்கே நேரம் செலவிடப் போகிறேன். வரும் 2022 சென்னை புத்தகக்காட்சிக்குக் கொணரத் திட்டம், எல்லாம் வல்ல கோவிட் அனுமதித்தால். (முதலிரண்டு யோசனைகளையும் தகுதியான, ஆர்வம்மிக்க எவரேனும் எடுத்துச் செய்யலாம்.)

ஜெயமோகன் தன் வாழ்வின் சரி பாதியில் நிற்கிறார் என நினைக்கிறேன். ஆக, இது அவருக்கு ஒரு புதிய தொடக்கம் என்றே என் மனதில் படுகிறது. முற்பாதி போலவே பிற்பாதியிலும் ஆள, வாழ, வாழ்த்துகிறேன். நிறைக! :-)

(ஏப்ரல் 22, 2021)

★

ஆதித்த கரிகாலன் கொலை வழக்கு தொடரின் 2ம் பாகம் 33வது அத்தியாயத்திலிருந்து...

"அன்று அந்த எழுத்தாளரின் மணி விழா. பல்லாயிரமாண்டுத் திராவிட மரபில் அப்படி ஓர் எழுத்துக்காரர் தோன்றியதில்லை என்றார்கள். வள்ளுவனுக்கும், இளங்கோவுக்கும் பிறகு அவரே என்றார்கள். மகாபாரதத்தை புதிய பார்வையில் வியாசனை விடவும் மிக நெடிய காப்பியமாக இயற்றி இருந்தார். எழுத்தாளர்களின் பேரெழுத்தாளராக இருந்தார். அதற்கு அடையாளமாக ரசிகர்களை விட அதிகம் வெறுப்பாளர்களைச் சம்பாதித்தவர்.

"புத்தனுக்குத் தியானம், எனக்கு எழுத்து" என்று பிரகடனம் செய்தார். ஆயிரக்கணக்கான வாசகர்கள் அவரை 'ஆசான்' என்று பிரியத்துடன், மரியாதையுடன் அழைத்தார்கள். பல பாஷை அறிந்த பண்டிதர்கள் பரத வர்ஷத்தின் ஞான பீடம் என்றனர். குட்டி எழுத்தாளன் ஒருவன் அவரது வாழ்சரிதத்தை 'ப்ரம்மா' என்ற தலைப்பில் எழுதினான். அதற்கேற்ப, அவர் எழுத ஓலை எடுக்கும் போதெல்லாம் சரஸ்வதி மடியில் வந்தமர்ந்து கொண்டாள்.

சேர நாட்டைப் பூர்வீகமாகக் கொண்டிருந்தாலும் சோழ தேசத்தில் குடியேறி தமிழிலே சிந்தித்து தமிழிலேயே எழுதுபவர். அப்போது நாடகங்களும் எழுதிக் கொண்டிருந்தார். அதன் பொருட்டுத் தற்காலிகமாகத் தஞ்சைக்கு இடம் பெயர்ந்திருந்தார். அறுபதாம்

அகவைக்குள் அவர் அடியெடுத்து வைத்ததை ஒட்டி சோழ அரசு விழா எடுத்திருந்தது."

(ஏப்ரல் 22, 2022)

★

உடல் நலமின்மை காரணமாக ஜெயமோகன் மணி விழாவுக்காக திட்டமிட்ட கோவை பயணத்தை ரத்து செய்கிறேன். போனாலும் எவருடனும் சரியாக உரையாட முடியாமல் போகும்; மற்றவர்க்கும் ஆபத்தாகும். பயண அலைச்சல் குணமாதலைத் தாமதமாக்கும்.

இன்று நடக்கும் விழா வழக்கமானதை விட வேறுபட்டது. இது வெறுமனே அவர் கலந்து கொள்ளும் அல்லது அவர் ஏற்பாடு செய்யும் விழா அல்ல. இது ஜெயமோகனுக்கெனவே நடக்கும் விழா. இன்று அங்கே அவருக்கருகே இருக்க முடியவில்லை என்பது எரிச்சலான உணர்வையே எற்படுத்துகிறது. வரச் சாத்தியம் கொண்டவர்கள் மீது பொறாமையும் உண்டாகிறது. இன்று அங்கே இருப்பதை என் கடமையெனக் கருதினேன். அது ஓர் எளிய நன்றியறிவித்தலும் கூட. அதைத் தவற விடுவதாலேயே இத்தனை மன அலைக்கழிப்பு.

முன்பே சொன்னது போல் மற்றவர்களைப் போல் அறுபது வயது என்பது ஓய்வல்ல ஜெயமோகனுக்கு; மாறாக அவர் தனது எழுத்து வாழ்வின் சரி பாதியில் நிற்கிறார். இது வரை பங்களித்த அளவைப் போலவே (அல்லது அதற்கு மேல்) இனி வரும் நாட்களில் பங்களிப்பு செய்வார் என்றே என் உள்ளுணர்வு சொல்கிறது. ஜெயகாந்தனைப் போல் ஓய்வு கொள்வதெல்லாம் அவருக்கு ஒத்து வராது. சிந்தை உள்ள வரை வெண்முரசு, தமிழ் விக்கி என ஏதாவது ஒரு வேலையைப் பிடித்துத் தொங்கிக் கொண்டுதான் இருப்பார்; அவருக்குப் பின் வரும் எங்களுக்கு எல்லாம் மலைக்கச் செய்யும் உயரத்திலான ஒரு *benchmark*-ஐ உண்டாக்குவார் (இப்போதே அப்படித்தான் நிலைமை என்பது வேறு கதை).

நீண்ட ஆயுளுடன் நல்ல ஆரோக்கியத்துடன் தணியாச் செயலூக்கத்துடன் என்றும் எமக்குத் துருவ நட்சத்திரமாகத் திகழ ஜெயமோகனுக்கு வாழ்த்தும் வணக்கமும்.

(செப்டெம்பர் 18, 2022)

7. களமாடிய பொழுதுகள்

ஜெயமோகனை இந்துத்துவர் என்று வசைபாடிக் கொண்டிருப்பவர்களுக்கும் சொந்தம் கொண்டாடிக் கொண்டிருப்பவர்களுக்கும் அவர் அளித்திருக்கும் செருப்படிதான் தேசத்தின் சகிப்பின்மையை முன்வைத்து மோடி அரசால் அவருக்குத் தரப்படவிருந்த பத்மஸ்ரீ விருதை மறுத்திருக்கும் செயல். வாழ்த்துக்கள் ஜெயமோகன்! அவரது கடைக்கோடி ஏகலைவ மாணாக்கர்களில் ஒருவன் என்பதில் பெருமிதம் கொள்கிறேன்.

ஜெயமோகனுக்கு ஏற்கனவே இந்துத்துவ முத்திரை பரவலாக அவர் சகாக்களால் குத்தப்பட்டிருப்பதால் பிஜேபி தலைமையிலான சகிப்புத்தன்மையற்ற மோடி அரசு மத்தியில் ஆட்சியில் இருக்கும் இந்த வேளையில் தரப்படும் பத்மஸ்ரீ விருதினை ஏற்பது தான் இந்துத்துவர் என்பதை ஒப்புக் கொண்டது போலாகும், அரசின் சகிப்பின்மையைக் கண்டிக்காது அடிவருடியதாகும், அதன் காரணமாகத் தன் எதிரிகளுக்கு மேலும் பேச வாய்ப்பளித்ததாகி விட வேண்டாம் என நினைக்கிறார் என்றே புரிந்து கொள்கிறேன்.

ஜெயமோகனை மோடி அரசின் சகிப்பின்மையைக் கண்டிப்பவராகவும் இந்துத்துவ அராஜகங்களுக்கு எதிரானவராகவுமே பார்க்கிறேன். அவர் பதிவிலிருந்து சில வரிகள்:

//தமிழ்ச்சூழலில் எழுந்த அவதூறுகளால் கசந்தே இவ்வரசிடமிருந்து எதையும் பெற்றுக்கொள்வதில்லை என்றும் இவ்வரசின் எந்த ஒரு நிகழ்ச்சியிலும் கலந்துகொள்வதில்லை என்றும் அறிவித்தேன்.//

//"இது பிரதமர் அளிக்கும் விருது அல்ல. அரசு அளிக்கும் விருது அல்ல. நூறுகோடிபேர் கொண்ட இந்தத்தேசம் அளிக்கும் விருது" என்றார். "ஆம் பிற அனைவரையும் விட நான் அதை அறிவேன். ஆனாலும் நான் ஏற்கமுடியாது. ஏனென்றால் என் கருத்துக்களின் நேர்மை ஐயத்திற்கிடமாவதை விரும்பமாட்டேன்" என்றேன்.//

//இவ்விருதால் அதன் நேர்மை கேள்விக்குரியதாகுமென்றால் அதை நான் தவிர்த்தே ஆகவேண்டும்//

சாஹித்ய விருதுகளை எழுத்தாளர்கள், சிந்தனையாளர்கள் திருப்பி அளிக்கும் சூழலில் ஒரு மத்திய விருதை மறுத்தால் அதுவும் இவற்றைப் போலவே அரசின் சகிப்பின்மைக்கு எதிரான அடையாள மறுப்பு என்றே புரிந்து கொள்ளப்படும் என ஜெயமோகன் அறிவார்.

(ஜனவரி 24, 2016)

★

ஜெயமோகன் விளம்பரத்துக்காக அசோகமித்திரன் பற்றி அப்படிப் பேசினார் என்பது எத்தனை வக்கிரக் கற்பனை! இதற்கு மேலா அவர் புகழடைய வேண்டும்? முன்பு கல்கி, பின் ஜெயகாந்தன், அப்புறம் சுஜாதா போல் இன்று அவர். நிதானமாய்ச் சொன்னால் அசோகமித்திரனைத் தெரிந்தவர்களை விட ஜெயமோகனை அறிந்தவர்களே அதிகம்.

பிறகெப்படி அவரை முன்வைத்து மைலேஜ் ஏற்ற முடியும்? அதற்கு ஜெயலலிதா டீகோர்ளாக இருந்து சிரமப்பட்டார் என்றல்லவா அவர் சொல்லியிருக்க வேண்டும்!

அவர் உள்நோக்கோடு சொன்னார் என்றோ கவனமற்று தகவற்பிழையோடு பேசினார் என்றோ சொன்னால் மேற்கொண்டு விவாதிக்கலாம். பரபரப்புக்காகச் செய்கிறார் என்பது உண்மையில் சொல்பவரின் சிந்தனையோட்டத்தையே வெளிப்படுத்துகிறது!

(மார்ச் 26, 2017)

★

ஜெயமோகன் ஃபாசிஸவாதியாம் (இந்துத்துவ, பாஜக ஆதரவு என்றும் படிக்கலாம்). அதனால் அவரைக் கொண்டாடும் நான்

எனது திமுக ஆதரவை ரகசியமாகச் செய்கிறேனாம். அதாவது கிட்டத்தட்ட என்னைச் சங்கி ஆக்கி விட்டார்கள்!

ஜெயமோகன் ஃபாசிஸ்ட் என்று சில உதாரணங்களைக் கொண்டு முத்திரை குத்த முடியும் என்றால் திமுக ஃபாசிஸக் கட்சி என்றும் சிலபல உதாரணங்கள் கொண்டு நிறுவ முடியும். மனசாட்சியும் புத்தியுமுள்ள எவருக்கும் அது தெரியும். திமுக பூரணப் புனிதக் கட்சி அல்ல; மாறாக இன்றைக்கு இருப்பனவற்றில் *better* கட்சி மட்டுமே அது. அதனால்தான் பிரச்சனை அடிப்படையில் அதைத் தொடர்ந்து ஆதரித்து வருகிறோம். அங்கிருந்து அது நகர்ந்து தன்னைப் புதிப்பித்து நிஜமாகவே நல்ல கட்சியாக ஆகும் சாத்தியமுண்டு. ஆனால் இப்படி முரட்டு ஆதரவாளர்களை வைத்துக் கொண்டு அதைச் சாதிக்க முடியாது. இதை எல்லாம் நான் பேச ஆரம்பித்தால் ஓர் ஆபாச பங்காளிச் சண்டையாகத் தொனிக்கும். எதிரிகள் வாயில் போட்டு மெல்ல அவல் கொடுத்ததாகும். அந்த எல்லைக்கு என்னைத் தள்ளாதீர்கள் என்பதே என் வேண்டுகோள்.

நான் ஜெயமோகனைக் கொண்டாடுவது அவரை விமர்சிக்க, கேலி செய்ய எந்தத் தடையையும் எனக்கு ஏற்படுத்தவில்லை. அதேதான் திமுகவின் விஷயத்திலும். மாறாக, திமுககாரர்கள்தாம் நீ ஜெயமோகனைத் திட்டி உன் விசுவாசத்தை நிரூபி, திமுகவின் தவறுகளுக்குக் கூட முட்டுக் கொடுத்து உன் விசுவாசத்தை நிரூபி எனக் கேட்கிறார்கள்.

என் விசுவாசம் நிரூபிக்கத்தக்கதல்ல; ஏனெனில் நான் விசுவாசி அல்ல. எது சரியோ, எது அறமோ அதன் பக்கம் மட்டுமே நிற்க முடிந்த எளிய சிந்தனையாளன் மட்டுமே.

(ஆகஸ்ட் 29, 2020)

★

ஜெயமோகன் திமுக எதிர்ப்பாளர் என்கிறார்கள். இன்றைய தமிழ் எழுத்தாளர்களில் வெளிப்படையாய் திமுக பற்றி நான்கு நல்ல வார்த்தை சொல்லியிருக்கும் ஒரே ஆள் அவர்தான். மற்றவர்கள் கட்சித் தீட்டு பட்டு விடக்கூடாது என ஆச்சாரம் பார்க்கிறார்கள்.

(ஆனால் அதே ஜெயமோகன் பெரியாரைக் கண்டபடி திட்டுவார். அது வேறு கதை.)

(அக்டோபர் 25, 2020)

★

வெண்பா அம்மையார் விஷயத்தில் ஜெயமோகன் பெயர் இழுக்கப்படுவது அவர் மீதான வன்மம்தான். விஷ்ணுபுரம் விழாவில் வெண்பா மேடையேற்றப்பட்டதுதான் அதற்குக் காரணம் என நண்பர் விநாயகமுருகன் சொன்னார். ஆனால் அதற்கும் வெண்பாவின் சொந்த வாழ்க்கைக்கும் தொடர்பில்லைதானே! அது அவரது எழுத்து முயற்சிகளுக்காக அந்த அமைப்பு வழங்கிய இடம். நமக்கு அவரது இலக்கியத் தகுதி பற்றி சந்தேகம் இருந்தால் மேடையில் அவர் முன்வைக்கப்பட்டது பற்றி வினா எழுப்பலாம், விமர்சனம் செய்யலாம் கடுமையாகவே. ஆனால் மாறாக, அவரது மற்ற துறை வேலைகள் அல்லது சொந்த வாழ்க்கைச் சறுக்கல்களுக்கு ஜெயமோகன் பொறுப்பாக முடியாதே! அந்த விஷயங்கள் விவாதிக்கப்படும் போது ஏன் ஜெயமோகனை வலிந்து இழுக்க வேண்டும்?

(ஆகஸ்ட் 26, 2021)

★

ஜெயமோகன் ரயிலில் லேப்டாப்பைத் தவற விட்டு, ரயில்வே துறையிடம் புகாரளிக்க, அதை அவர்கள் மீட்டு அவரிடம் ஒப்படைத்துள்ளனர். நல்ல விஷயம்தான். ஆனால் அந்நிகழ்வை ஒரு செய்தியாகத் தன் ட்விட்டர் பக்கத்தில் பகிர்ந்த 'சென்னை டிஆர்எம்', அந்த ட்வீட்டில் அவரை "a passanger" எனக் குறிப்பிடுகிறார். தமிழின் ஆகச் சிறந்த எழுத்தாளனை 'ஒரு பயணி' என்று அடையாளப்படுத்துவதையே தமிழ்ச் சூழலின் தடித்தனம் என்கிறேன். இந்த விவகாரத்தில் கருத்துரைப்போர் "ரயில் பயணம் செய்கையில் ஜெயமோகன் ஒரு சாதாரணப் பயணி மட்டுமே" என வியாக்கியானம் பேசுகிறார்கள். வெறுப்பும் வன்மமும் மூளையை மழுங்கடிக்கும் என்பது உண்மைதான்.

இதுவே ரஜினிக்கோ, தோனிக்கோ, முக ஸ்டாலினுக்கோ இதே

ரயில்வே அதிகாரிகள் இப்படி உதவியிருந்தால் இதே போல்தான் 'பயணி' எனச் செய்தி பகிர்வார்களா?

(அக்டோபர் 23, 2021)

★

இந்தத் தனியார் பல்கலைக்கழகங்களின் டாக்டர் பட்டங்களின் மீது ஏன் எந்த மதிப்பும் இருப்பதில்லை? சமூகத்தில், கலையில் உருப்படியாகச் சாதித்த எவருக்கும் இவர்கள் டாக்டர் பட்டம் தர மாட்டார்கள். ஏற்கெனெவே சினிமாவாலும், அரசியலாலும், கேடு கெட்ட ஊடகங்களாலும் வெளிச்சத்தில் இருக்கும் யாராவது அசடர்களுக்குத் தருவர்.

எந்த எழுத்தாளனுக்காவது இவர்கள் இதுவரை டாக்டர் பட்டம் கொடுத்திருக்கிறார்களா? இவர்கள் டாக்டர் பட்டம் தரும் அத்தனை கழிசடைகளை விடவும் அவர்கள் பன்மடங்கு அதிகப் பங்களிப்பு செய்திருக்கிறார்கள். ஜெயமோகன் டாக்டர் இல்லை. மனுஷ்ய புத்திரன் டாக்டர் இல்லை. சர்வதேசிய அரசியல் மற்றும் வரலாறு பற்றி இத்தனை ஆய்வு செய்து எழுதியிருக்கும் பாரா டாக்டர் இல்லை. அப்புறம் இந்தப் பல்கலைக்கழகங்களை எப்படி நாம் மதிக்க முடியும்? பிச்சைக்காரனுக்கு செக்யூரிட்டி பிச்சைக்காரனே என்றுதான் இவர்களை டீல் பண்ண வேண்டியிருக்கிறது. *Simply waste!*

(ஜனவரி 9, 2022)

★

ஜெயமோகன் பொன்னியின் செல்வன் குறித்துக் கொண்டிருந்த அபிப்பிராயம் ஊர் அறிந்த ஒன்று. இன்றும் அந்நாவல் மஹா இலக்கியம் என்றா சொல்கிறார்? ஏன் இந்த ஆபாயில்கள் ஏதோ பெரிதாகத் துப்பறிந்து கண்டறிந்தது போல் குதிக்கிறார்கள்?

வாசிப்பு வாசனையே இல்லாதவர்கள் அல்லது வாசிப்பது போல் பாவ்லா செய்பவர்கள் இலக்கியம் பற்றியும் இலக்கியவாதிகள் பற்றியும் எல்லாம் தெரிந்தது போல் கருத்துப் பேச ஆரம்பித்ததால் வந்த வினைதான் இது! கொஞ்சம் கூட வெட்கமே இல்லாதவர்கள்.

(ஜூலை 10, 2022)

★

வளையில் புகைப் போட்டு எலியை வெளியே வர வைப்பதைப் போல் மூலை முடுக்கில் ஒளிந்திருக்கும் இலக்கியத் தற்குறிகளை பொதுவில் வெளிக்கொணர்வதை ஒரு பகுதி நேர வேலையாகவே செய்கிறார் ஜெயமோகன். இம்முறை யுவபுரஸ்கார் சர்ச்சை வழி.

(ஆகஸ்ட் 29, 2022)

★

ஒரு சொல்லைப் பிழையாகத் தான் உருவாக்கியதாக ஜெயமோகன் கருதினாலோ / சொன்னாலோ அது அவர் உண்மையில் உருவாக்கிய புதிய சொற்களை எல்லாம் இல்லாமல் ஆக்கி விடுமா? எவ்வளவு சிறுபிள்ளைத்தனமாக யோசிக்கிறோம்!

அதிலும் சிலர் அவர் வேண்டுமென்றே பொய் சொல்கிறார் என்கிறார்கள். ஒரு புதிய சொல்லைக் கூட உண்டாக்கவில்லை என்றால் பொய் சொல்லி தன்னை உயர்த்திக் காட்டி மக்களை ஏமாற்றப் பார்க்கிறார் எனக் குற்றம் சாட்டுவதில் ஓர் அடிப்படைத் தர்க்கமாவது இருக்கிறது! மாறாக, புதிய சொற்களை உருவாக்கி விட்டு, ஆனால் பேட்டியில் தான் உருவாக்காத ஒரு சொல்லை உதாரணம் காட்டுகிறார் எனில் அது நினைவுப் பிழையாகவோ அல்லது புரிதல் பிழையாகவோதானே இருக்க முடியும்?

இதைக் கூடப் புரிந்து கொள்ளாமல் ஜெயமோகன் மீது குற்றம் சாட்டிப் பேசுவதை முட்டாள்தனம் எனப் புரிந்து கொள்வதா அல்லது மனதிலூறிய வன்மம் என்றா?

(நவம்பர் 17, 2022)

8. ஆயிரம் முரண்கள்

எந்திரன்-2 என்ற நவீன, விஞ்ஞானப் புனைவுத் திரைப்படத்துக்கு புராணம், ஞான மரபு என வாழும் ஜெயமோகன் வசனம் எழுதுவது பொருத்தமா என எழுப்பப்படும் கேள்விகளையும் கேலிகளையும் கண்டு மெல்லிசாய்ப் புன்னகைத்துக் கொள்கிறேன்.

அவரது விசும்பு சிறுகதைகள் தொகுப்பு படித்த எவருக்கும் இக்கேள்வி எழாது. தமிழில் அறிவியல் கதைகளில் அது ஒரு முக்கிய மைல்கல். சுஜாதாவே தமிழ் விஞ்ஞானக் கதை மரபின் அசலான தொடக்கம் என்றாலும் அவருடையவை வலுவான மேற்கத்திய பாதிப்பு கொண்டவை. மாறாக விசும்பு நம் மண்ணின் அறிவியல் கதைகள். தவிர அறிவியல் கதைகளில் விடலைத்தனம் தாண்டிய ஒரு முதிர்ச்சி முயற்சி.

சுஜாதா போல் ஜெயமோகன் ஒரு தொழில்முறைப் பொறியாளராக, முறையாய் விஞ்ஞானம் கற்றவராக இல்லாதிருக்கலாம். ஆனால் அவருக்கு விஞ்ஞானக் கதைகள் பற்றிய சரியான புரிதல் இருக்கிறது. அவரை வெறும் வசனத்திற்காக என்பது தாண்டி சுதந்திரம் அளித்துப் பயன்படுத்தி இருந்தால் எந்திரன் முதல் பாகம் போல் தொய்ந்த திரைக்கதையை மூடி மறைத்த அபார காட்சியமைப்புகளாக மட்டும் தேங்காமல் முற்றிலும் வேறு

மாதிரியான ஓர் இந்திய அறிவியல் படம் இம்முறை நமக்குக் கிடைக்கும். அதனாலேயே இப்படத்தில் எனக்கு கனமான எதிர்பார்ப்புண்டு.

ஆனால் நேற்று முதல் நாள் படப்பிடிப்பின் படங்கள் வெளியாகி இருந்தன. அது ஓர் அறிவியல்கூடத்தின் செட். ரஜினி வசீகரன் கெட்டப்பில் இருப்பதால் அது அவருடைய லேப் என அனுமானிக்கிறேன். அங்கே பின்னணியில் சுவற்றில் அறையப்பட்ட மைக்கேல் ஃபாரடே மற்றும் ஸ்டீஃபன் ஹாக்கிங்கின் புகைப்படங்கள். இருவரும் விஞ்ஞானிகள் தாம். முன்னவர் மின்காந்தவியலில் பெரும் பங்களிப்பு செய்தவர். பின்னவர் பிரபல வானியல் இயற்பியலாளர். இவர்களுக்கும் ஒரு செயற்கை நுண்ணறிவு மற்றும் ரோபோட்டிக்ஸ் விஞ்ஞானிக்கும் என்ன நேரடித் தொடர்பு இருக்க முடியும்?

அந்தப்படங்கள் ப்ரக்ஞைப்பூர்வமாக, திரைக்கதையின் ஒரு பகுதியாக ஜெயமோகனால் எழுதப்பட்டு, ஷங்கரால் அங்கீகரிக்கப்பட்டதா அல்லது படப்பிடிப்பின் போது நிகழ்ந்த கலை இயக்குநரின் பிறழ்வும் இயக்குநரின் கவனக் குறைவுமா? நியாயமாய் அங்கே ஆலன் ட்யூரிங், ஜான் மெக்கார்த்தி போன்றோர் படங்கள் இருந்திருக்க வேண்டும். குறைந்தபட்சம் ரோபோக்கள் பற்றி புனைவெழுதிக் குவித்த ஐசக் அஸிமோவின் படம்!

(டிசம்பர் 18, 2015)

★

இஸ்லாமியர்கள் மீது தான் ஆழமான அச்சம் கொண்டிருப்பதாய் ஜெயமோகன் சொல்லி இருப்பது மிகுந்த வருத்தத்தை ஏற்படுத்துகிறது. நான் விபரம் தெரிந்தது முதல் நேரில் கண்டு பழகிய இஸ்லாமியர்கள் சொற்பமே. ஆனால் அவர்கள் மீதோ அவர்கள் குடும்பத்தார் மீதோ எனக்கு ஒருபோதும் எந்த பயமும் முளைத்த நினைவில்லை.

ஆனால் பொதுவாய்ப் பலரும் (இந்துக்கள்) இஸ்லாமியர் பற்றிய மேலோட்டமான ஓர் எதிர்மறை எண்ணம் கொண்டிருப்பதைக் கண்டிருக்கிறேன். அது எப்படி அவர்கள் மனதில் படிந்தது என்பது தெரியவில்லை. ஆனால் அவர்களுக்கு தலித்கள் மீதும் ஒரு வித அருவருப்பும் இளக்காரமும் உண்டு என்பதாலும்

அது முட்டாள்தனமானது என்பதாலும் இஸ்லாமியர் மீதான மனவிலக்கத்தையும் அதே போல் அடிப்படையற்றது என்றே கருதுகிறேன். ஜெயமோகனின் கட்டுரையில் ஆறுதலான ஒரே விஷயம் அவர் இஸ்லாமியர்கள் எல்லோரும் மோசம் என்று சொல்லாமல் சமீப சில பத்தாண்டுகளில் நவவஹாபியர்களின் செயல்களினால்தான் ஒட்டுமொத்த முஸ்லிம்களுக்கும் கெட்ட பெயர், அதனால் ஒருவரைத் தீர அறியும் முன் ஐயம் கொள்ள வேண்டி இருக்கிறது என்கிறார். அந்தளவாவது இரக்கப்பட்டாரே! மற்றபடி, "ஒவ்வொரு இந்துவும் பழைய இஸ்லாமியருக்காக ஏங்கிக் கொண்டிருக்கிறான்" என்று ஜெயமோகன் சொல்வதை எல்லாம் ஃபினிஷிங் டச்சுக்காகச் சேர்த்த பஞ்ச் டயலாக்காகக் கருதிக் கடக்கிறேன்.

(மார்ச் 31, 2017)

★

ஜெயமோகனிடம் ஒரு முக்கியமான பிரச்சனை இருப்பதை திரும்பத் திரும்ப வெவ்வேறு சந்தர்ப்பங்களில் காண்கிறேன். ஆதாரங்களற்ற செவிவழிச் செய்திகளை அப்படியே உண்மையாக அவர் எடுத்துக் கொள்கிறார். எல்லோரையும் நம்புகிறார் என்ற வெள்ளந்தித்தனமாக அதைச் சொல்லலாம் என்றாலும் அந்தச் செய்திகளை அடிப்படையாகக் கொண்டு அவர் எடுக்கும் நிலைப்பாடுகள், பகிரும் கருத்துக்கள் (பிற்பாடு அந்தச் செய்திகளின் உண்மைத்தன்மை வெளிவருகையில்) அவரது நம்பகத்தன்மையைப் பாதிக்கிறது, அவரது முதிர்ச்சியைக் கேள்விக்குள்ளாக்குகிறது.

(மார்ச் 14, 2018)

★

வரலாற்றை அதன் விஸ்தாரத்துடன் நுட்பமாக விளங்கிக் கொள்வதில், முன்வைப்பதில் ஜெயமோகன் ஜித்தர் என்பதில் மாற்றுக் கருத்தில்லை. அப்படியான ஆழமும் நிதானமும் கொண்ட சிந்தனையாளர்கள் தமிழ்ச் சூழலில் மிக மிகக் குறைவு. அதில் அவர் ஆசான்தான். (மனு ஸ்மிரிதி விஷயத்திலுமே கூட இந்த அடிப்படையில் எழுதியவர் அவர் ஒருவரே.) ஆனால் சமூக, அரசியல் விஷயங்களில் அவர் சொல்லும் தீர்வுகள் நாடகீயமானவை, மேலோட்டமானவை. சில வெளிப்படையாகவே

குறுகிய காலத்தில் உடைந்திருக்கின்றன. அன்னா ஹசாரேவை அவர் தலையில் தூக்கி வைத்துக் கொண்டாடியது ஓர் உதாரணம். (அதற்கும் சாரு நிவேதிதா நித்யானந்தாவைக் கொண்டாடியதற்கும் பெரிய வேறுபாடில்லை.) அடுத்து பண மதிப்பு நீக்கத்தை அவர் ஆதரித்தது. அப்புறம் தமிழகத்தில் சாதி வெறியை நகைச்சுவைப் பேச்சுக்களின் மூலம் கடக்கலாம் என கேரளச் சூழலை முன்வைத்து ஒருமுறை எழுதினார். இப்போது மனுவை *revise* செய்து புதிய நெறிகளை உண்டாக்க முடியும் எனச் சுலபமாகச் சொல்கிறார்.

(அக்டோபர் 29, 2020)

★

On serious note, கமல் வழியே ஜெயமோகன் நவீன இலக்கிய அறிமுகம் பெற்றிருக்க வாய்ப்பே இல்லையா எனக் கேட்டால் தர்க்கப்படி இருக்கிறதுதான். (எனக்கே நவீன இலக்கியத்தை அறிமுகம் செய்தது 90களின் இறுதியில் வந்த குமுதம் இதழின் தீபாவளி இலக்கிய இணைப்பிதழ்கள்தாம்.) ஆனால் நான் அதை நம்பவில்லை. காரணம் ஜெயமோகன் இதுவரை எத்தனையோ இடங்களில் தன் வாசிப்பைப் பற்றிப் பேசியும் எழுதியும் விட்டார். நானே அவற்றில் குறைந்தது ஐம்பதையேனும் கேட்டோ வாசித்தோ இருக்கிறேன். அவற்றில் அவர் அம்மா இருக்கிறார், வேறு சிலர் இருக்கிறார்கள், ஆனால் ஒன்றில் கூட அவர் கமல் பற்றிக் குறிப்பிட்டு நான் கண்டதில்லை. ஆக, வெண்முரசுவை கமல் பரவலாக்கிய இத்தருணத்தில் திடீரென அவர் சொல்வது ஒரு புளகாங்கிதப்பட்ட மனநிலையிலான நன்றியறிதல் என்றே எடுத்துக் கொள்கிறேன். தவிர, அவர் சொல்வதைக் கவனியுங்கள்: என் நவீன இலக்கிய அறிமுகமே கமல் வழியாக நிகழ்ந்தது என்றுகூடச் சொல்லலாம். "என்றுகூடச் சொல்லலாம்" - இப்படித்தான் சொல்கிறார். அப்படியும் வைத்துக் கொள்ளலாம் என்ற தொனியில். அறுதியாக உறுதியாக அல்ல.

கலைஞன் உணர்ச்சிவசப்பட்டவன். அவன் குழந்தைத்தனங்களை ரசித்துக் கடக்கலாம்.

(நவம்பர் 7, 2020)

★

இதுவரை 20,000 புத்தகங்கள் வாசித்திருப்பதாக தமிழக பாஜக தலைவர் அண்ணாமலை சொன்னது சமூக வலைதளங்களில் கடும் கேலிக்கும் விமர்சனத்துக்கும் உள்ளான நிலையில் ஜெயமோகன் "உண்மையில் பொதுவெளியில் ஒருவர் நூல்களைப் பற்றிப் பேசுவது, வாசிப்பைப்பற்றிப் பேசுவது என்பது, அது எப்படிப்பட்ட பேச்சானாலும் வரவேற்புக்குரியது. அதைநோக்கிச் சிரிப்பவர்கள் புத்தகங்களுடன் தொடர்புடையவர்களாக இருக்க முடியாது." என்று எழுதியிருக்கிறார். முழுக் கட்டுரை நன்று என்றாலும் இந்த ஒரு பத்தி அனாவசியம் என்பதே என் கருத்து.

On serious note, உண்மையில் வாசிப்புப் பழக்கமே இல்லாத ஒருவன் தான் ஏராள நூல்களை வாசித்ததாகப் பொய் சொல்லும் போது வாசிக்கும் பழக்கம் உள்ளவன் எரிச்சலடையவே செய்வான். அது ஒரு ஈகோதான். தான் நேரம், உழைப்பு, சிந்தை மூன்றையும் செலவிட்டு இத்தனை நூல்கள் படித்திருக்கிறோம், ஆனால் அதைச் சிறுமைப்படுத்துவது போல் ஒருவன் கூசாமல் பொய் சொல்லி, அதை எளிதில் நம்பவும் வைத்து விட்டானே என்று கடுப்பாகும். மாறாக, வாசிப்புப் பழக்கமே இல்லாதோருக்கு இது பொருட்டே இல்லை. சரி ஏதோ சொல்கிறான் என நம்புவர் அல்லது சந்தேகம் வந்தாலும் ஏதோ ஒரு சின்னப் பொய் என்று கடந்து விடுவர். வாசிப்பு என்றில்லை, அரசியல், ஆன்மீகம், சமூக சேவை, கலை என ஒவ்வொரு விஷயத்திலும் போலிகளும் பொய்ப் பிம்பங்களும் மிகைப் பிம்பங்களும் உண்டாக முக்கியக் காரணம் அவர்களைப் போலி என்று உணர்ந்தவர்கள் பேசாமல் இருந்து விடுவதே. அதனால்தான் வாசிப்பு பற்றிய அண்ணாமலையின் பொய்யை கிழித்தெறிய வேண்டியுள்ளது. ஆனால் தமிழின் முதன்மை வாசகருக்கு அதைக் கடக்கும் முதிர்ச்சி இருப்பது வியப்புக்கு உரியதே.

சரி, அவரது இந்தப் பொய்யினால் புத்தகங்களுக்கு, வாசிப்புக்கு நம் சூழலில் என்னதான் நன்மை நிகழும் என்றும் விளங்கவில்லை. அண்ணாமலை மாதிரி நாமும் ஆயிரக் கணக்கில் நூல்கள் வாசிக்க வேண்டும் எனக் கிளம்புவார்களா? எனக்கு நம்பிக்கை இல்லை. வாயைப் பிளந்து கை தட்டி நகர்ந்து விடுவார்கள் என்றே நினைக்கிறேன். ஒருவேளை அவரது வாசிப்பு உண்மை என்றாலுமே கூட இப்படி ஒரு விளைவு நடக்குமா எனத் தெரியவில்லை. ஆனால் இதில் எனது கவலை வேறொன்று இருக்கிறது.

நாளை இதே அண்ணாமலை 'சரி 20,000 புத்தகங்கள் வாசித்ததை ஜெயமோகன் உள்ளிட்டோர் ஆதரவுடன் தமிழக மக்களை நம்ப வைத்து விட்டோம்', இப்போது அடுத்த கட்டத்துக்குப் போய் மேலும் அடித்து விடுவோம் என எண்ணி: "நான் 100 பாகம் கொண்ட (ஒவ்வொன்றும் தலா 1000 பக்கம் கொண்ட) உலகின் மிகப் பெரிய நாவலை எழுதி இருக்கிறேன்" என்கிறார் என வைத்துக் கொள்வோம். அது உண்மை என நிலை பெற்றும் விடுகிறது. ஏனெனில் நம் ஆட்கள் எதைச் சொன்னாலும் நம்புவர். அதுவும் சங்கிகள், சங்கி ஆதரவாளர்கள் பொய் என்றால் உறுதியாக நம்புவர். எல்லாம் தாண்டி உலகின் இறுதி உறுதி ஆதாரமான வாட்ஸாப் ஃபார்வேர்ட் ஒன்று இது தொடர்பாய் இருந்தால் போதும், மிச்சமிருக்கும் சின்னச் சந்தேகங்களும் காணாமலாகி விடும். 'எழுத்தாளர்கள் என்ன பெரிய புடலங்காய்கள், அண்ணாமலையே தமிழின் ஆகச் சிறந்த எழுத்தாளர், நேருவுக்குப் பிறகு, ஈஎம்எஸ்ஸுக்குப் பிறகு, கலைஞருக்குப் பிறகு அவர்களை விடச் சிறந்த எழுத்தாள அரசியல்வாதி அண்ணாமலை' என்று மக்கள் நம்பத் தொடங்குவர்.

ஏற்கெனவே ஜெயமோகனின் தொட முடியா (அசல்) சாதனை காரணமாக அவர் மீது காண்டாக இருக்கும் சக எழுத்தாளர்கள் இதுதான் சாக்கென்று அண்ணாமலை அப்படிச் சொல்வதைப் புறந்தள்ள முடியாது என்று மழுப்பலாகச் சொல்லக்கூடும். ஆக, உலகின் மிகப் பெரிய நாவலை எழுதியவர் அண்ணாமலை, கண்ணுக்கு எட்டிய தூரம் வரை அவருக்குப் போட்டியே இல்லை, வெகு தூரம் பின்னே இருப்பது அதில் கால்வாசி கூட இல்லாத வெண்முரசு என்று மக்கள் மத்தியிலும் வரலாற்றிலும் பதிவாகும். அப்போது அது பொய் எனச் சொல்லி மறுப்போரும், எதிர்ப்போரும், கேலி செய்வோரும் இருப்போம். அப்போதும் அதனை கண் மூடி ஆதரித்து எழுதப் போகிறோமா?

இன்னொன்று ஜெயமோகனும் அண்ணாமலை சொல்வது பொய் என்றே சொல்கிறார். ஆனால் அண்ணாமலை நோக்கிச் சிரிப்போர் புத்தகங்களுடன் தொடர்புடையோராக இருக்க முடியாது என்று முத்திரை குத்துவது அப்பொய்யை எதிர்ப்போரை ஊக்கமிழக்க வைக்கும். அதன் வழி அப்பொய் எதிர்ப்பின்றி வரலாற்றில் நிலைபெறவும் கூடும்.

இது *narrative*-களின் யுகம். உண்மை என்ன என்பது முக்கியமற்றதாகி வரும் காலகட்டம். ஆக, நமக்கு அதில் ஆர்வம் இருக்கிறதோ இல்லையோ ஒவ்வொரு பொய்யையும் மறுக்க வேண்டிய இக்கட்டில் இருக்கிறோம். வாசகப் பொய்மையை அம்பலப்படுத்துவோம்.

(மார்ச் 24, 2022)

★

திமுகவுக்கு இணைய உடன்பிறப்புகள். பொன்னியின் செல்வனுக்கு ஜெயமோகன்.

(ஆகஸ்ட் 20, 2022)

൯. Fan–boy Moments

வெண்முரசு ஆகஸ்ட் இறுதியில் முடியும் என ஜெயமோகன் அறிவித்திருக்கிறார். ஏழாண்டு உழைப்பு. 26 நாவல்கள். அதை நல்ல படைப்பு என ஏற்பது / மறுப்பது தாண்டி, படைப்பின் எண்ணிக்கையோ அளவோ இலக்கிய அளவுகோலுக்கு முக்கியமில்லை என்பது கடந்து, சமகாலத்தில் ஓர் அசுரத்தனமான, பிரம்மாண்டப் படைப்பிலக்கியம். அர்ப்பணிப்பு என்பது ஓர் எழுத்தாளனுக்கு எப்படி இருக்க வேண்டும் என்பதற்கான நிகழ்த்துபாடம். (ஆரம்பச் சில அத்தியாயங்கள் தவிர்த்து இந்நாவல்களில் எதையுமே நான் வாசிக்கவில்லை. அதை அவரிடம் எடுத்த நேர்காணலிலும் குறிப்பிட்ட நினைவு.)

இப்படிச் சொல்கிறார் ஜெயமோகன்: "இந்நாவலை தொடங்கும்போது இளையராஜா அவர்களைச் சந்தித்து கால்தொட்டு வணங்கி ஆசிபெற்றேன். அப்போது அகத்தில் ஓர் அச்சம் இருந்தது, வெவ்வேறு வகையில் நாஞ்சில்நாடனும் அதைச் சொல்லியிருந்தார். தமிழில் பாரதம் எழுதி முழுமைசெய்ய எவராலும் முடிந்ததில்லை. இது முடிவதுவரை வாழ்வு வேண்டும் என்றுதான் குருவடிவான ராஜாவிடம் வேண்டிக்கொண்டேன். உண்மையில் அந்த ஒரு எண்ணம் மட்டுமே எனக்குள் அப்போது இருந்தது.இப்போதும் அதுவே வேண்டுகோள்." அப்படியெல்லாம்

விட்டு விடுவோமா என்ன! இன்னும் அரை நூற்றாண்டுக்காவது சமர் செய்யவும், கற்கவும் வேண்டியிருக்கிறது! வாழ்க!

(ஜூன் 9, 2020)

★

இன்று வாழ்வோரில் இளையராஜாவுக்கு அடுத்தபடி சிறந்த 'தமிழர்' யார்?

ஜெயமோகன். எப்படி என விளக்கம் கேட்போருக்கு: 1) எழுத்துத் திறமை, அதை ஒட்டிய நெருங்கவியலாச் சாதனைகள். 2) பரந்துபட்ட அறிவு, அதிலிருந்து கண்டடைந்திருக்கும் தர்க்கப்பூர்வ ஞானம். 3) கருத்து நேர்மையும் அதை வெளிப்படுத்தும் சமரசமற்ற துணிவும் (இது மட்டும் முற்றிலும் இல்லை; பெரும்பாலும் எனக் கொள்ளலாம்).

(செப்டெம்பர் 11, 2020)

★

யூட்யூபில் கிடைக்கும் ஜெயமோகனின் உரைகள் மற்றும் நேர்காணல்களைத் தலைகீழ்க் காலவரிசையில் தொகுத்திருக்கிறேன். 200க்கும் மேற்பட்ட வீடியோக்கள் இருக்கின்றன.

தினம் பத்தாயிரம் காலடிகள் நடக்கையில் முதல் நூறு நாட்கள் இந்த உரைகளைத்தான் தொடர்ந்து கேட்டேன். (அவ்வகையிலும் 'பத்து லட்சம் காலடிகள்' என்பது பொருத்தம்.) அதன் பிறகு இவை தீர்ந்து விட்டன. மற்றவர்களுக்கும் உதவும் என்ற நோக்கில் Public Playlist ஆக்கி இருக்கிறேன். இப்பட்டியல் புதிய வீடியோக்கள் வரும் போது தொடர்ந்து புதுப்பிக்கப்படும்; பழையனவற்றில் விடுபாடுகள் ஏதும் தெரிய வந்தால் சேர்க்கப்படும்.

ஜெயமோகன் என்ற பேராளுமையின் பிரம்மாண்டத்தை, பன்முகத்தன்மையை அறிய இது நுழைவாயில்: https://www.youtube.com/playlist?list=PLbo_N-q2fcC-0pTT8DxocE-BPG9uJsHf0

நான் தொகுத்த அவரது யூட்யூப் உரைகளைப் பகிர்ந்து ஒரு சிறிய குறிப்பு எழுதியுள்ளார் ஜெயமோகன் (https://www.jeyamohan.in/143539/) - வாசிப்பிலிருந்து நம் சமூகம் விலகுவதை முன்வைத்து அது சோர்வூட்டுகிறது என்பதால் தயக்கத்துடன் அதை முன்வைப்பதாக.

உண்மையில் நான் மிக உற்சாகமாகவே இந்த உரைகளைக் கேட்டேன். முதல் நல்ல விஷயம் இவற்றில் எந்த உரையுமே *bore* அடிக்கவில்லை. இரண்டாவது இவற்றில் மிகப் பெரும்பான்மை செறிவானவை. என் வரையில் இம்மாதிரி உரைகள் வாசகனுக்கு மிக அவசியமானவை. இவை ஒருவரது எழுத்தை நோக்கி வாசகர்கள் இழுக்கப்படவும் தொடக்கப் புள்ளியாக அமையும் என்றே எண்ணுகிறேன். தவிர இது ஒரு சிந்தனைக் கொத்து. நடைப் பயிற்சியின் போது, வாகனமோட்டும் போது, சமையல் உள்ளிட்ட வீட்டு வேலைகள் செய்யும் போது செலவாகும் நேரத்தில் ஒருவர் என்னதான் செய்ய முடியும்? வாசிக்க முடியாது. மிகப் பலர் பாடல்கள் கேட்பார்கள். நல்ல வேலைதான். இன்னும் சிலர் புற்றீசலாய்ப் பெருகி விட்ட யூட்யூப் சேனல்களில் வரும் பெரும்பாலும் பயனற்ற விஷயங்களைக் கேட்பார்கள். அதற்கு இம்மாதிரி உரைகள் எவ்வளவோ பரவாயில்லை!

நானே நடைப் பயிற்சியின் போதுதான் இவற்றைக் கேட்டேன். நல்ல லாபம்தான்.

இம்மாதிரி எல்லாத் தமிழ் எழுத்தாளர்களின் உரைகளும் அவரவர் வாசகர்களால் தொகுக்கப்பட வேண்டும். அவர்களின் எழுத்துக்களுக்கு இது ஒரு *companion.*

(ஏப்ரல் 4, 2021)

★

ஜெயமோகன் மீது ஒருவருக்கு விமர்சனங்கள் இருக்கலாம். எனக்கும் உண்டு. ஏனெனில் எவரையும் அப்படியே ஏற்க முடியாது. அது காந்தி, பெரியார், அம்பேத்கர், மார்க்ஸ், புத்தர், இயேசு என எவரெனினும். அப்படி ஏற்பது அறிவற்ற அடிமைகளுக்கே சாத்தியம்.

ஆனால் ஜெயமோகனை மட்டையடியாக நிராகரிப்போர் இரண்டு வகையினர்தாம்:

1) தமக்கு விளங்காத ஒன்றைக் கண்டு அஞ்சி அதை மோசம் என்று சொல்லும் எளியோர்.

2) அவர் தனக்கு மேலே எனப் புரிந்ததால் கடுமையாக ஈகோ சீண்டப்பட்டு தாழ்வு மனப்பான்மையில் உழன்று தவிப்போர்.

இரு சாராரும் அவரவர் காரணங்களை வெளிப்படையாகச் சொல்ல முடியாது என்பதால் சமூக அக்கறைப் போர்வை போர்த்திக் கொண்டு இந்துத்துவர், மக்கள் விரோதி என ஏதாவது ஜல்லியடிக்கின்றனர்.

ஜெயமோகன் ஒன்றுமே இல்லை எனச் சொல்பவர் உண்மையில் தன் முட்டாள்தனத்தை விளம்பரம் செய்கிறார். ஜெயமோகன் இலக்கியத்தில் பொருட்படுத்தத் தக்கவர் அல்லர் என்று சொல்வதும் தமிழ்த் தாய் இலக்கியச் செழிப்பற்ற மலடி என்பதும் ஒன்றுதான்.

(அக்டோபர் 24, 2021)

★

ப்ரிய சிஎஸ்கே,

ஜெயமோகனையும் அனு ஸிதாராவையும் உங்கள் இரு கண்கள் எனச் சொல்லலாமா?

உங்கள் வாசகி,
வாசுகி

வாசுகி,

ஏற்கனவே என் மீது ரேசிஸக் குற்றச்சாட்டு நிலுவையில் இருக்கிறது. இதில் எனக்கு மலையாளக் கண்கள் என்று சொல்வது மேலும் எனக்குச் சிக்கலை ஏற்படுத்தும். தவிர, ஃபஹத் ஃபஸிலும் எரிச்சலடைய வாய்ப்புண்டு. அதனால் அப்படிச் சொல்ல வேண்டாம்.

சிஎஸ்கே

(செப்டெம்பர் 26, 2020)

★

இவ்வுலகில் உங்களுக்குப் பிடித்த ஓர் ஆண் மற்றும் ஒரு பெண் சொல்லுங்கள்.

எனக்கு: ஜெயமோகன் மற்றும் ப்ரியங்கா மோகன்.

வார்டன்னா அடிப்போம் என்பது மாதிரி மோகன்னா பிடிக்கனும்னு விதி போல!

அடுத்த ஜென்மத்தில் ஜெயமோகனின் காதலி அல்லது ப்ரியங்கா மோகனின் காதலன் இரண்டில் ஒன்றாகப் பிறக்கலாம் என வாய்ப்பு வந்தால் தயக்கமின்றி ஜெயமோகனின் காதலி என்பதைத்தான் தேர்ந்தெடுப்பேன். அதனால்தான் அடியேன் இண்டலெக்சுவல்!

(அக்டோபர் 23, 2021)

★

தூக்கு தண்டனைக் கைதியிடம் கடைசி ஆசை கேட்கப்பட்டது. புத்திசாலியான கைதி நேக்காகக் கேட்டான்: "சாகறதுக்கு முன் ஜெயமோகனின் எல்லா நூல்களையும் நான் படிச்சு முடிக்கனும், ஐயா." சற்றே யோசித்த ஜெயிலர் அதற்கு ஒப்புக் கொண்டார்.

(அக்டோபர் 31, 2019)

★

இன்று எனக்கு 38 வயது நிறைகிறது. இப்பிறந்த நாள் நள்ளிரவு சற்றே - இல்லை நிறையவே - வித்தியாசமாக ஒரு மலைப் பிரதேசத்தின் மத்தியில், சாரதா தேவியும், புத்த பிரானும் அருகிருக்க, தேய்பிறைப் பிரதமை தெளிந்து பொழிந்திருக்க, ஜெயமோகன் ஆரத் தழுவி ஆசியளித்து, அவருடன் உரையாடித் தொடங்கியது.

(ஆகஸ்ட் 13, 2022)

பகுதி 2

இலக்கியம்

10. பாஷைத் தூய்மை

மகுடேசுவரன் தனித்தமிழ் சொற்கள் உண்டாக்கும் விஷயத்தில் அவரது புலமையை, ரசனையை மதிக்கிறேன். அவற்றைத் தொகுத்து நூல்களாகக் கொண்டு வர வேண்டும் என்பதையும் மறுக்கவில்லை. காரணம் அது ஒரு முக்கியச் சிந்தனைத் தரப்பு. தவிர, அது ஒரு தரமான மொழி விளையாட்டு. ரசிப்பிற்குரியது. தனிப்பட்ட முறையில் அந்தத் தமிழாக்கங்களுக்கு நான் பெரிய ரசிகன் அல்லன்; அவை ரசிக்கக் கூடியவையாக இருந்தாலும் திணிப்புகளே. குறிப்பாக நிறுவனங்களின் பெயர்களைத் தமிழாக்குவது ஏற்பதற்கரியது. ஆனால் முயற்சி, ஆர்வம் என்ற அளவில் அது அவரது சுதந்திரம்.

அப்படி உண்டாக்கப்படும் சொற்களைப் பயன்படுத்தவும் பரப்பவும் வேண்டுமா என எப்போதும் எனக்குத் தயக்கமே. ஃபேஸ்புக், வாட்ஸாப் போன்ற ப்ராண்ட் சொற்களை முகநூல், என்வினவி என மாற்றுவதை எல்லாம் நேரடியாகவே நிராகரித்து விடுவேன். ஆனால் மற்ற இடங்களில் ஓர் எல்லை வரை செய்யலாம் (உதா: தற்படம்). அதைத் தாண்டியவை ஒரு சர்க்கஸ் வித்தை போல் வீண் திணிப்பாகவே எனக்குப் படுகிறது.

மொழி இலகுவாக இருக்க வேண்டும். அப்போதுதான் மக்கள் சுவீகரிப்பார்கள். மக்கள் ஒத்துழைத்தால்தான் நிலைக்கும். மொழி முன் தன்முனைப்பைத் தள்ளி வைக்கலாம்.

(அக்டோபர் 12, 2019)

'முகநூல்' அன்பர்களே,

நானும் ஆண்டுக்கணக்காய்ப் பொறுத்துப் பொறுத்துப் பார்த்து விட்டு நீங்கள் திருந்தும் வழி காணோம் என்றே இதை எழுதுகிறேன்.

தமிழுக்கு முக்கியத்துவம் தருகிறோம் என்ற பெயரில் சர்வதேசச் சம்பாஷணைகளில் குழப்பம் உண்டாக்கவே இந்த மாதிரி ப்ராண்ட் நேம் பொழிபெயர்ப்புகள் பயன்படும்.

நம் பெயர் சீனாவில் ஒன்று, அமெரிக்காவில் ஒன்று, இன்னும் ஒவ்வொரு நாட்டிலும் ஒவ்வொன்று என்று இருந்தால் நமக்குக் கடுப்பாகுமா இல்லையா? அது கடும் குழப்பத்தை விளைவிக்குமா இல்லையா? ஒன்றையணா உதிரிகளான நமக்கே அப்படி ஈகோ இருக்கிறது என்றால் ஆயிரம் கோடிகளில் பணம் புரளும் கார்ப்பரேட் சும்மா இருப்பானா? மனிதன் என்ற பெயரை ஒவ்வொரு மொழியிலும் பெயர்ப்பது வரை சரி. ஒவ்வொரு மனிதனின் பெயரையும் அந்தந்த மொழியில் பெயர்க்கத் தொடங்கினால் ஒருவனுக்கு ஆயிரக்கணக்கில் பெயர்கள் இருக்கும். அவன் கண் முன்னே அவனது பெயரைச் சொல்லிப் பேசினால் கூடத் தன்னைப் பற்றித்தான் பேசுகிறார்கள் என்றே அவனுக்குத் தெரியாமல் ஆகிவிடும். தவிர ஒவ்வொன்றையும் துல்லியமாக மொழிபெயர்க்க முடியுமா? அதைத் தரப்படுத்துவதும் நிராகரிப்பதும் யார்?

இதையே நிறுவனத்தின் பெயருக்கு, அதன் தயாரிப்பின் பிரத்யேகப் பெயருக்கு நீட்டித்துக் கொள்ளுங்கள். ப்ராண்ட் பெயர் என்பது மார்க்கெட்டிங் தொடர்புடையது. அதில் நிறம், எழுத்துரு, அளவு, லோகோ கூட மாற்றாமல் அப்படியே பயன்படுத்தவே நிறுவனங்கள் விரும்பும். அதுவே நியாயமும். சின்ன மாற்றம் கூட அதன் நுகர்வோர் / பயனர் மத்தியில் குழப்பம் ஏற்படுத்தி பெருத்த நட்டத்தை உண்டாக்கும். போலிகள் உருவாகவும் காரணம் ஆகி விடும். அதை ஒருபோதும் அவர்கள் ரசிக்க மாட்டர்.

நமது மொழி வெறிக்காக ஒரு ப்ராண்ட் நேமைக் குதறிப் போடுவதில் என்ன தர்க்கம் இருக்கிறது? சீனன் செய்கிறான் என்றால் அவனுக்கு ஆங்கிலம் கற்க அச்சமாக, சோம்பலாக இருக்கலாம். நமக்கு என்ன அவசியம் வந்தது? தவிர, அவன் நம்மை விட (அதாவது தமிழ் நாட்டை விட) 15 மடங்கு அதிக எண்ணிக்கை மக்கள் கொண்டவன். அவனுக்காக கார்ப்பரேட்கள் தலையில் அடித்துக் கொண்டு வளைந்து கொடுக்கும். நாம்

அப்படியல்ல. மேலே ஏறி வரும் இடத்தில் இருக்கிறோம். இச்சூழலில் இந்த வீம்பும் இதன் விளைவான குழப்பங்களும் உரசல்களும் அவசியமா? ஜெர்மனிலும் ஃப்ரெஞ்ச்சிலும் ப்ராண்ட் நேம்கள் பெயர்க்கப்படுகின்றனவா? வளைந்து கொடுக்கும் மொழியே பிழைக்கும்; தழைக்கும். ஆங்கிலம் நம் கண் முன்னால் வீற்றிருக்கும் உதாரணம்.

என் வரையில் தமிழில் பொறியியல் கல்வி என்பதே அபத்தமானதொரு முயற்சிதான். உலகம் ஒரு பொதுவான கற்றல் மற்றும் தொடர்புகொள்ளல் முறையை நோக்கி நகர்ந்து கொண்டிருக்கிறது. ப்ரோட்டான், நியூட்ரானைக் கூட மொழிபெயர்ப்பது அவசியமற்றது. நான் செய்திருப்பது போல் *Transliteration* என்கிற ஒலிபெயர்ப்பு போதும். அப்படி அந்தப் பாட்டையில் நம்மைப் பிணைத்துக் கொள்ளும் போதுதான் நம் குரல் அவனுக்கும், அவன் குரல் நமக்கும் தெளிவாகக் கேட்கும். வேகமாக முன்னேற முடியும். அப்படியே கொஞ்சம் நடந்தால் நாமும் என்றேனும் விஞ்ஞானத்தில் நொபேல் வாங்குவோம். ஏராள உலகளாவிய உயர்நிறுவனங்களில் தலைமைப் பதவியில் அமர்வோம். இல்லை என்றால் ராஜராஜ சோழன் பெருமையையே இன்னும் ஆயிரம் வருடங்களுக்குப் பேசிக் கொண்டிருக்க வேண்டியதுதான். இயல்பான இந்த பெயர்ப்புத் திணிப்புகள் ஒருவகையில் பரிணாம வளர்ச்சியையே பின்னிழுக்கும் செயல் என்றே படுகிறது.

அவ்வகையில் முகநூல் என்று எழுதுவோரைச் சர்வதேச ப்ரக்ஞையற்ற தற்குறிகள் என்றுதான் பார்க்கிறேன். பரிதாபங்கள் சேனலின் வீடியோ ஒன்றில் தமிழ் தூய்மைவாத வெறியில் யூட்யூப் என்பதை உன்குழாய் என்று பெயர்ப்பதாகக் கேலி செய்வார்கள். முகநூல் என்று எழுதுவோர் அதற்குச் சிரிக்க என்ன தகுதி இருக்கிறது?

(ஜூன் 10, 2021)

★

எந்தச் சொல்லை வேண்டுமானாலும் தமிழ்ப்படுத்த முடியும் என்பது அந்தச் செயலை ஒரு சவாலான ஆட்டமாகப் பார்க்கும் ஞானச் செருக்கு மட்டுமே. எந்தச் சொல்லைத் தமிழ்ப்படுத்த வேண்டும், எது மொழிக்கு அனாவசியச் சுமை என்ற பகுத்தறிவையும் இதில் சேர்த்துக் கொள்வதுதான் ஆக்கப்பூர்வமான மொழிச் சேவையில் வரும்.

அவர்கள் பாட்டுக்கு புதுச் சொற்கள் உருவாக்கட்டும், காலத்தில் நிற்பது நிலைக்கட்டும், உங்களுக்கு என்ன கவலை என ஒருவர் கேட்கலாம். நிச்சயம் திணிப்பவை எல்லாம் அல்ல, தக்கன மட்டுமே பிழைக்கும் என்பதில் எனக்கும் சந்தேகமில்லை. ஆனால் என் கவலை இப்படி அவசியமானது அவசியமில்லாதது இரண்டையும் கலந்து ஒருசேரச் செய்யும் போது, அவை பரவலாக கேலிக்கு உள்ளாகும் போது, அழகான அவசியமான புதுச் சொற்கள் அதில் உருவாகி வருவதும் கவனிக்கப்படாமல் காணாமல் போகும். அந்த ப்ரக்ஞை நமக்கு வேண்டும். அந்த இழப்பே என் கவலை.

காட்டாறு அல்ல, வழிப்படுத்தப்பட்ட அணைக்கட்டே மனிதனுக்கு உதவும். மற்றவை தன்முனைப்பால் எழும் வெற்று வீராப்புகளே!

(மே 28, 2022)

★

எவருக்கும் தொந்தரவில்லாத எதையும் நாம் தடுப்பதற்கில்லை. அவ்வகையில் பெயர்ச்சொற்களைத் தமிழ்ப்படுத்தல் ஓர் ஆர்வத்துறையாக ஓர் ஓரமாக சமூகத்தில் இருந்து விட்டுப் போகட்டுமே! ஒரு மனிதர் அதில் விருப்புடன் செயல்படுகிறார், அதில் தன் வாழ்நாளின் பகுதியைச் செலவிடுகிறார், தன் அடையாளமென அதைக் கருதுகிறார் எனில் செய்து விட்டுப் போகட்டுமே! அப்படி உருவாகும் சொற்களுக்குத் தேவையும் தகுதியும் இருந்தால் பிழைக்கும். இல்லையெனில் மறந்து கடக்கப்படும். கின்னஸ் சாதனை என்ற பெயரில் கையால் அதிக தூரம் நடப்பது, மிக நீளமாக நகம் வளர்ப்பது, நிறைய சிகரெட்கள் ஒரே சமயம் வாயில் வைத்துக் கொளுத்துவது என்று பல முயற்சிகளை மனிதர்கள் செய்வதை விடவும் இது மோசமில்லை.

எப்படி இந்த மொழியாக்க முயற்சிகளைத் தடுக்க முடியாதோ அதே போல் அவற்றுக்கு வரும் கேலிகளையும் தடுக்க முடியாது. நாம் செய்வது சமூகத்தில் இருந்து விலகின செயல்பாடு என்றால் அதற்குக் கேலிகள் வரும் என்று உணர்ந்திருப்பதே அதைச் செய்யும் முதற்தகுதி. ஏனெனில் சமூகம் எப்போதும் எந்த மாற்றத்திற்கும் எதிரானதே.

(நவம்பர் 5, 2023)

11. கிரந்தம் சேர்

(கிரந்த எழுத்துக்கள் தமிழில் சுவீகரிக்கப்பட்ட எழுத்துக்கள். தமிழ்த் தாய்க்கு அவையும் குழந்தைகள்தாம். தமிழ் தோன்றிய காலத்திலிருந்து இதே 12 உயிரும் 18 மெய்யும்தான் இருக்கிறது என்பதற்கு என்ன ஆதாரம்? இவற்றில் சில பாதியில் சேர்ந்திருக்கும், சில எழுத்துக்கள் பாதியில் அழிந்திருக்கும். அதனால் கிரந்த எழுத்துக்கள் பிற்சேர்க்கை என்ற காலம் சார்ந்த ஆச்சார வாதமே அரைவேக்காட்டுத்தனமானது. இதை எதிர்க்கும் ஆட்கள் அவ்வெழுத்துக்களைத் தம் வாழ்வில் உச்சரிப்பிலும், எழுத்திலும் பயன்படுத்த மாட்டேன் என சத்தியம் செய்வார்களா? அப்படியே செய்தாலும் அத்திசையின் நகர்வு அடுத்து ஸ்டாலின் என்பதை இசுடாலின் என எழுதும் தூய்மைவாதக் கிறுக்குத்தனத்தில் கொண்டு போய் விடும். திமுககாரர்கள் வடமொழி எழுத்துக்களைத் தவிர்க்க வேண்டும் என வாதிட்டதை முன்னிட்டு முதல்வருக்கு ஃபேஸ்புக்கில் ஒரு கடிதம் எழுதினேன்.)

தமிழக முதல்வர் முக ஸ்டாலின் அவர்களுக்கு,

தமிழில் ஸ், ஷ், ஜ், ஹ், க்ஷ, ஸ்ரீ போன்ற கிரந்த அல்லது வட மொழி எழுத்துக்கள் பரவலாகப் பயன்பாட்டில் இருப்பதை நீங்கள் அறிவீர்கள். அது தொடர்பான சர்ச்சை ஒன்று இப்போது நடப்பதும் உங்கள் கவனத்துக்கு வந்திருக்கும்.

தமிழும் ஆங்கிலம் போல் காலத்திற்கேற்ப அவசியமான மாற்றங்களை, புதுமைகளை ஏற்றுக் கொண்டு பரிணாம வளர்ச்சி அடையும் நெகிழ்வுடைய மொழி ஆகும். ஒரு குடி நாகரிக வளர்ச்சி அடையும் போது, சர்வதேசிய அளவில் சென்று புழங்கும் போது அதன் மொழி தன் இடைவெளிகளை அடையாளம் கண்டு அதற்கேற்ப விரிவடைய வேண்டும்.

சில செத்த மொழிகள் அப்படியல்லாமல் ஆயிரம் ஆண்டுகள் முன் எப்படி இருந்தனவோ அப்படியே இன்றும் தொடர்கின்றன. அதனால் அவை பயன்பாட்டில் இல்லாமல் பழைய ஏடுகளில் மட்டும் முடங்கிக் கிடக்கின்றன. ஆனா உயிருள்ள மொழி மாறும், பெருகும். அந்தகைய இளகும் தன்மை தமிழுக்கு உண்டு. அது உண்மையில் பெருமைக்குரியது. இதில் தூய்மைவாதம் பேசுவது வறட்டுப் பிடிவாதம். மொழி வளர்ச்சிக்கு எதிரானது.

அப்படித்தான் மேற்சொன்ன கிரந்த எழுத்துக்களை ஒலிப் போதாமை காரணமாக தமிழ் சுவீகரித்துக் கொண்டது. அவை தமிழ்த்தாயின் தத்துக் குழந்தைகள். அந்த எழுத்துக்கள் பரவலாகப் புத்தகங்கள், பத்திரிக்கைகள், தொலைக்காட்சிகள், சமூக ஊடகங்கள் என யாவற்றிலும் பயன்பாட்டில் உள்ளன. கணிணியிலும், செல்பேசியிலும் தமிழ் எழுதும் மென்பொருட்களும் இந்த எழுத்துக்கள் ஏற்கெனவே உண்டு. ஆக, நடைமுறையில் இந்த எழுத்துக்கள் தமிழ் மொழியின் பகுதியாகி நெடுங்காலம் ஆகிறது.

ஆனால் இன்னும் தமிழ் நாடு பாட நூல் கழகத்தின் பள்ளிக்கூட நூல்கள் உள்ளிட்ட பல தமிழ் மொழி பயிற்று நூல்களிலும் தமிழில் மொத்தம் 247 எழுத்துக்களே என்ற பழைய தகவலே சொல்லித்தரப் படுகிறது. அதுவே அரசின் அதிகாரப்பூர்வ நிலைப்பாடு என்ற புரிதலும் மக்களிடையே ஏற்படுகிறது. மாணவர்களுக்கும் குழப்பம் உண்டாகிறது.

அதனால் தமிழக அரசு அந்த எழுத்துக்களும் (அவற்றிலிருந்து உருவாகும் உயிர் மெய் எழுத்துக்களும்) தமிழ் மொழியின் ஒரு பகுதியே என அரசாணை வெளியிட வேண்டும். (வேண்டுமானால் அவற்றைத் தமிழ் கிரந்தம் என்ற தனிப் பிரிவாக வைக்கலாம்.) அனைத்து அரசு மற்றும் தனியார் பள்ளிப் பாட நூல்களும்

அதற்கேற்பத் திருத்தப்பட வேண்டும். இதற்கு தமிழக அரசு ஆவன செய்ய வேண்டுகிறேன்.

தமிழ்த் தாய்க்கு எந்த எழுத்தும் தீட்டு அல்ல. அதனாலேயே பழமையும் இளமையும் ஒரு சேரத் திகழும் மொழியாக தமிழ் இருக்கிறது.

இவண்,
சி.சரவணகார்த்திகேயன் (எழுத்தாளர்)

(மே 17, 2022)

12. இதிகாசங்களின் இடம்

ராமாயணம், மஹாபாரதம் கொண்டாடப்பட, போதிக்கப்பட வேண்டியவையா?

இந்து இதிகாசங்கள் என அடிப்படை அடையாளம் கொண்டுள்ள இந்நூல்கள் மத வேறுபாடு தாண்டி எவரும் வாசிக்க வேண்டியவை. குறிப்பாக எழுத்திலும் வாசிப்பிலும் ஆர்வம் கொண்டோருக்கு அத்தியாவசியமானவை. இவற்றின் கற்பனை வளம் அளிக்கும் வாசிப்பின்பம் முதன்மைக் காரணம். குழந்தைகளை எளிதில் கதையுலகுள் இழுத்துக் கொள்ள வல்ல பிரம்மாண்ட *larger than life creativity*. பெரியவர்களுமே இவ்விஷயத்தில் விலக்கில்லை - கதை கேட்கையில் எல்லோரும் குழந்தைகள்தானே!

இரண்டாவதாக இவற்றில் நிலவும் எல்லையற்ற சுவாரஸ்யம். அறுபதாயிரம் மனைவிகள் கொண்டவனின் மகன் ஏகபத்தினி விரதன்! இப்படி குறுக்குவெட்டாகக் கதையை எடுத்தால் இக்கதைகள் அளிக்கும் சுவாரஸ்ய முரண் விளையாட்டுகள் மலைக்கச் செய்பவை. அதனால்தான் இவை நம் மனதில் எளிதில் பதிகின்றன. இன்று அடிப்படை ராமயாண, மஹாபாரதக் கதை தெரியாத ஆட்கள் இந்தியாவில் குறைவு. அப்படியான பரவலாக்கத்தின் காரணம் அதன் சுவாரஸ்யம் மட்டுமே; மதச் சார்பு அல்ல. ஓர் ஆகச் சுவாரஸ்யமான கதையை அதன் மத லேபிளைக் காட்டிப் புறந்தள்ளுவோமா?

மூன்றாவது இவை அளிக்கும் அறச் சிந்தனை (அல்லது அறமற்ற சிந்தனை), வாழ்வியல் தொடர்பு (அல்லது தொடர்பற்ற மிகை) ஒரு மனிதனை யோசிக்கத் தூண்டுபவை, அதன் வழி அவன் வாழ்வின் சொற்களை, செயல்களைச் செழுமையூட்ட வல்லவை. இந்தக் காரணத்தால்தான் மறுபடி மறுபடி ராமாயண, மஹாபாரதச் சம்பவங்கள் உதாரணமாக, உவமையாக, உருவகமாக, குறியீடாக இலக்கியங்களில் வருகின்றன. ஆதித்த கரிகாலன் கொலையுண்ட சுந்தர சோழரின் புத்திர சோகத்தை நான் எப்படி ராமாயண தசரதனை நினைவுகொள்ளாமல் எழுதுவேன்? அதே போல்தான் மலக்குழி மரணங்களை விமர்சிக்க ராமனும் சீதையும் ஒரு படைப்பாளிக்கு அவசியமாகிறார்கள்.

நான்காவது ராமாயணம், மஹாபாரதம் மறுஆக்கம் செய்யத் தக்கவை. அது இன்றைய நம் வாழ்வுக்கு ஏற்ப, நவீனச் சிந்தைக்கு ஏற்ப மாற்றிப் புரிந்து கொள்ளும் எத்தனம். சம்புகன் கதையை வைத்து நான் எழுதிய கலி அப்படியான உதாரணம்தான். இன்றைய சிக்கல்களைப் பேசும் களத்தை இதிகாசங்கள் அமைத்துத் தருகின்றன. ஜெயமோகன் வெண்முரசு நாவல் தொடரில் அதைத்தான் இன்னும் பெரிதாகச் செய்தார்.

ஐந்தாவது அவை அளிக்கும் மொழி வள அறிமுகம். கதையாக அல்லாமல் கம்ப ராமாயணத்தை நேரடியாக வாசிக்கும் ஒருவன் தமிழின் செழிப்பைக் கண்டுகொள்ள முடியும். எழுதப்பட்ட காலத்தைக் கணக்கில் கொண்டால் அந்தந்த மொழிகளில் இவை இதே போல் உச்சமாக இருக்கும் சாத்தியம் அதிகம். மொழி மீது அக்கறை கொண்ட ஒருவர் அதை மறுதலிக்க முடியுமா? (அண்ணாவின் கம்ப ரசம் ஒரு திசைதிருப்பல்.)

எனவே குழந்தைகள் எல்லோருக்கும் இவ்விரு இதிகாசங்களைத் தயக்கமின்றி நாம் அறிமுகம் செய்யலாம். அது அவர்கள் வாழ்நாளுக்கும் துணையாக உடன் வரும்.

அவற்றில் பிற்போக்குக் கருத்துக்கள், மானுட விரோதக் கருத்துக்கள் இருக்கின்றனதான். அது அப்படித்தான் இருக்க முடியும். அவற்றைப் புறந்தள்ள குழந்தைகளுக்குச் சொல்லித் தருவதைத் தவிர வழியில்லை. அதன் பொருட்டு முற்றிலும் நிராகரிக்க அவசியமில்லை. அது குளத்திடம் கோபித்துக் குண்டி கழுவாமல் போவதற்குச் சமம்தான்.

சொல்லப் போனால் உலகின் எப்படைப்புமே இந்தக் குறைபாட்டுக்கு ஆட்பட்டதுதான். புனைவுகளை *with a pinch of salt*தான் எடுத்துக் கொள்ள முடியும். அப்படியே அல்ல. அத்தெளிவு இருப்பின் பிரச்சனை இல்லை. இளந்தலைமுறைக்கு அதை அளிக்கும் சிரமத்தை நாம் ஏற்றுக் கொள்ள வேண்டும். *Blanket rejection* பிழையானது.

(ஜூன் 8, 2023)

13. எழுத்துச் சிம்மம்

பாரதி தன் காலத்தில் ஒரு பிராமணரால் என்ன சாத்தியமோ அதையெல்லாம் தாண்டியே சாதியெதிர்ப்புப் பேசியவர், எழுதியவர், வாழ்ந்தவர். அன்றைய பிராமண வளர்ப்பில், வாழ்வியல் சூழலில் அது ஒரு பீறிட்ட வெடிப்புதான். அவரது சில வரிகளில் இதற்கு முரணான விஷயங்கள் இருக்கலாம். தன் மகளை பிராமணர் தாண்டி ஒரு சாதிக்கு மணமுடிக்கச் சிந்தித்ததே அன்று பெரிய புரட்சிதான். அது தலித் இல்லை, முன்னேறிய வகுப்பான பிள்ளைமார்தானே என்று இன்று ஒருவர் எளிதாக நிராகரிக்க முடியும். ஆனால் அதுதான் அன்றைய சிந்தனாமுறையே. இன்றைய தெளிவான தர்க்கங்கள் கொண்ட தலைமுறையின் அளவுகோலின் அடிப்படையில் பாரதியை நிராகரிப்பது பிழை. சிலர் ஒரு கட்டுரைத் தலைப்பை வைத்து முத்துராமலிங்கத்தைப் பெரிய ஆள் என்று பெரியார் சொன்னார், இதுதான் சாதிய எதிர்ப்பா எனக் குதிப்பதைப் போன்ற அறிவீனம் அது.

இடையே எண்பதாண்டுகள் ஓடியிருக்கிறது. நாம் தெளிவடைந்திருக்கிறோம். பாரதிக்கு அப்படி இல்லை. அன்றைய கட்டுக்கோப்பில் அவர் சிந்தித்தார். அவற்றில் சில பிழை என்பதே அவருக்கு உறைத்திருக்காது. இன்னும் சொன்னால் அடுத்த

ஐம்பதாண்டுகளில் நமது இன்றைய முற்போக்கில் ஓட்டை இருப்பது தெரிய வரும். அதற்காக இன்று சாதி, மதமெதிர்க்கும் நாம் சங்கி ஆகி விடுவோமா?

பாரதி வரிகளில் நாம் மறுதலிக்க வேண்டியவை உண்டு. அவற்றைக் கழித்துப் பார்த்தாலும் அவர் முற்போக்காளர்தான்; சங்கி அல்ல.

(டிசம்பர் 11, 2019)

★

ஜெயகாந்தன் பெரும் எழுத்தாளர் என்பதில் மறுப்பில்லை. உரத்த குரல் இலக்கியம் என்ற விமர்சனங்களை எல்லாம் தாண்டி தேசிய அளவில் மதிப்புமிக்க ஞானபீடம் அவருக்கு வழங்கப்பட்டது தமிழுக்கான சரியான அங்கீகாரம் என்பதே என் கருத்து.

ஜெயகாந்தன் மீதான என் பிரேமைக்கு எட்டாண்டுகளாக மாறாதிருக்கும் என் ட்விட்டர் ஹெட்டர் இமேஜ் சாட்சி. அதற்காக அவர் செய்த எல்லாவற்றையும் கண்மூடித்தனமாகத் துதிக்க வேண்டும் என்று அவசியமில்லை. ஜெயகாந்தனின் அறிவுத் திமிர், ஞானச் செருக்கு என்றெல்லாம் இலக்கிய உலகில் மயிர் கூச்செரியச் சிலாகிக்கப்படும் விஷயங்களில் சில எனக்கு அவரது அசட்டு பாவனையாகவே தோன்றுகிறது. தன்னை எவனும் கேள்வி கேட்டு விடக்கூடாது என்ற பதற்றத்தில் தன்னைச் சுற்றி அப்படி ஒரு போலியான பிம்பத்தை வலிந்து கட்டமைத்து வைத்திருந்ததாகவே எனக்குப் படுகிறது. சரியாக ஓர் ஒப்பீடு சொல்ல வேண்டுமென்றால் ஜெயலலிதா போல்.

உதாரணத்திற்குச் சில சம்பவங்கள். இவை உண்மையோ என்னவோ அறியேன். ஆனால் நம் சூழலில் இந்தக் கதைகள் புழக்கத்தில் இருப்பவை. (நினைவிலிருந்து எழுதுகிறேன்.)

1) இந்த விஷயம் இயக்குநர் பாலா சொன்னது. அமெரிக்கன் கல்லூரியில் மகாபாரதம் பற்றி ஏதோ ஜெயகாந்தன் உரையாற்றி முடித்ததும் "ஐந்து பேருடன் வாழ்ந்த பாஞ்சாலி பத்தினியா?" என்று யாரோ ஒரு மாணவர் கேட்க, "பத்தினிக்குப் பிறந்தவனுக்கு பாஞ்சாலி பத்தினி" என்று சொல்லி ஜெயகாந்தன் அவரை வாயடைக்க வைத்தாராம். இதைச் சிலாகித்து ஜெயகாந்தன் சிங்கம் என்கிறார்கள். மாணவரின் நோக்கம் ஜேகேவைச் சீண்டுவதா

என்பது ஒருபுறம் இருக்கட்டும், எவ்வளவு லுச்சாத்தனமான பதில் இது! இதில் ஞானமும் இல்லை, செருக்கும் இல்லை. (வைரமுத்து - ஆண்டாள் விவகாரத்தில் ஹெச்.ராஜாவும் கூட இதையேதான் சொன்னார். அவர் என்ன சிங்கமா?)

2) ஒருமுறை கலைஞர் ஜெயகாந்தனுக்குத் தொலைபேசி "நான் கலைஞர் பேசுகிறேன்" என்றாராம், பதிலுக்கு ஜெயகாந்தனும் "நானும் கலைஞர்தான் பேசுகிறேன்" என்றாராம். இதையும் சிங்கம் என்று தூக்கிக் கொண்டு வருவார்கள். கலைஞர் தன்னை அப்பெயரில் அழைத்துக் கொண்டதில் என்ன பிழை? அதற்கு அவர் தகுதியானவரா என்பதெல்லாம் தாண்டி தமிழகத்தில் பல்லாண்டுகளாய் கலைஞர் என்றால் அவரே என அடையாளமாகி விட்ட பிறகு! அதை ஒரு பெரிய விஷயம் எனப் பிடித்துக் கொண்டு கவுண்ட்டர் கொடுக்க முனைவதெல்லாம் சிறுபிள்ளைத்தனம். எப்படிக் கோணத்தில் பார்த்தாலும் அதில் எனக்கு எந்தத் திமிரும், நகைச்சுவையும் தெரியவில்லை. ஒருவித அசட்டுத்தனம்தான் தென்படுகிறது. “கோபம் வர்ற மாதிரி காமெடி பண்ணாதே” என்று அன்று சொல்ல சந்தானமும் இல்லை. தான் கலாய்த்த அதே கலைஞரிடம் ஜெயகாந்தன் பிற்பாடு மிக இணக்கமாகித் தழுவிக் கொண்டது வரலாறு. யோசித்துப் பார்த்தால் கலைஞர் ஒருவரே. "நானும் கலைஞர்தான்" என்பவர்கள் வேண்டுமானால் சில நூறு பேர் இருக்கலாம்.

3) இளையராஜாவுக்குத் தன் மகளின் திருமணப் பத்திரிக்கையை வைக்கப் போயிருக்கிறார் ஜெயகாந்தன். திருமணம் பொன்மணி மாளிகையில் (வைரமுத்துவின் மண்டபம்) எனப் பத்திரிக்கையில் பார்த்த ராஜா, வர முடியாது எனச் சொல்லி இருக்கிறார். இதில் என்ன பிழை? அது அவர் முடிவு. தவிர அதை முகத்துக்கு நேரே சொன்னதும் கம்பீரமான விஷயம்தான். உடனே ஜெயகாந்தன் "நீதான் வரலையே, உனக்கு எதற்குப் பத்திரிக்கை?" எனப் பிடுங்கிக் கொண்டு வந்து விட்டாராம். இதையும் செருக்கு எனச் சிலாகிக்கிறார்கள். இது உண்மையில் பரிதாபகரமான எதிர்வினை.

இவ்வளவு பேசிய ஜெயகாந்தன் தன் வாழ்வின் பிற்பகுதியில் ஹர ஹர சங்கர என்ற குறுநாவலில் கொலைக் குற்றவாளியான ஜெயேந்திரர் கைதை அறமற்றதென எதிர்த்துப் பொங்கியது பரிதாபம். இப்படித்தான் கம்பீரம், திமிர், செருக்கு என்றெல்லாம்

சொல்லி ஏற்றி விட்டு அவரைக் கோமாளி ஆக்கி வைத்திருந்தார்கள், பாவம்.

ஆனால் இவ்விஷயங்களை எல்லாம் தாண்டியும் அவர் என் மதிப்பிற்குரிய எழுத்தாளரே. காரணம் நான் ஒருவரின் அரசியலையும் இலக்கியத்தையும் குழப்பிக் கொள்வதில்லை.

(ஜூன் 8, 2021)

★

நவீன தமிழ்க் கவிதைகளில் ஏன் பெரியார் இல்லை? என்ற விஷயம் இங்கே விவாதம் ஆகி இருக்கிறது. எனக்கு ஒரு பதில் தோன்றுகிறது. அதைச் சொன்னால் உங்களுக்குக் கோபம் வரும். அதனாலேயே சொல்லி விடுவதே சரி.

சமூக வலைதளங்களின் வருகைக்கு முன்பெல்லாம் பெரியார் இவ்வளவு பெரிய ஆளுமையாக மக்களிடம் சென்றடையவில்லை - அதாவது இந்தியாவுக்கு காந்தி எப்படியோ அப்படி தமிழகத்துக்குப் பெரியார் என்ற உயரத்தில் வைத்தெல்லாம் கருதப்படவில்லை. (தென்னாட்டு காந்தி அந்நாளில் சொன்னார் என எம்ஜிஆர் பாடலில் வந்தது அண்ணாவைப் பற்றித்தான்.) அவர் தமிழகத் தலைவர்களில் ஒருவராக மட்டுமே வைக்கப்பட்டிருந்தார்; எளிய சமூக சீர்திருத்தவாதி, கலகக்காரர் என்ற அளவில் மட்டுமே மதிப்பிடப்பட்டார். நிகரற்ற பெருந்தலைவராகவோ, முக்கியமானதொரு சித்தாந்தவாதியாகவோ கருதப்படவில்லை. பதினைந்து ஆண்டுகள் முன்பு வரை கூட இதுவே நிலை. இன்று பெரியார் பெற்றுள்ள ஆகிருதி 2010க்குப் பின் உருவாகி வந்தது என்பதாகவே எனக்கு மனப் பிம்பம் இருக்கிறது.

முன்பு அவரது நூல்கள் சுயமரியாதை பிரசுரம் போன்ற அரசியல்சார் பதிப்பகங்களில்தான் பெரும்பாலும் வெளியாகும். இலக்கிய அல்லது வெகுஜனப் பிரசுரங்கள் அவரைக் கண்டுகொண்டதில்லை. அதிகபட்சம் வாழ்க்கை வரலாறு வெளியிடுவார்கள். சினிமாவில் பகுத்தறிவு பேசும் சிலர் பெரியார் பெயரைச் சொல்வார்கள். கவனித்துப் பார்த்தால் அதில் அவர் மூடநம்பிக்கையை எதிர்த்தார், சாதியை எதிர்த்தார் என்பதுதாண்டி வேறு எதுவும் வெளிப்பட்டிருக்காது. மிக மேலோட்டமான *reference*. அவ்வளவுதான்.

யோசித்துப் பாருங்கள்: பெரியார் அவ்வளவு பெரிய ஆளுமையாகப் பொதுப்புத்தியில் நிலைபெற்றிருந்தால் பெரியார் படம் ஞானராஜசேகரன் மாதிரி ஒரு சுமார் இயக்குநரால், சத்யராஜ், குஷ்பு போன்ற மார்க்கெட் இழந்த நடிகர்களைக் கொண்டு அரசின் நிதியுதவி பெற்று லோ பட்ஜெட்டில் எடுப்பார்களா? இன்று பெரியார் படம் எடுத்தால் அதில் ரஜினி, கமல் கூட நடிக்கக்கூடும். வெற்றி மாறனோ மணி ரத்னமோ இயக்கலாம். இது கடந்த 10-12 ஆண்டுகளில் நடந்த வரவேற்கத்தக்க மாற்றம்.

இன்னும் சரியாகச் சொன்னால் முன்பு பெரியார் ஒரு தலைவராக மட்டுமே நிலைபெற்றிருந்தார். பெரியாரை 'வாசித்தல்' என்ற விஷயமே அப்போதெல்லாம் பரவலாகக் கிடையாது. காமராஜரை வாசித்தல், எம்ஜிஆரை வாசித்தல் என ஏதேனும் இப்போது இருக்கிறதா? அப்படித்தான் பதினைந்து ஆண்டுகள் முன் வரை பெரியாரும். அவரைப் பற்றி மற்றவர் எழுதியதைப் படிப்பது மட்டும்தான் இருந்தது - அதுவும் அவர் வாழ்க்கை பற்றி; சிந்தனைகள் குறித்து கிடையாது. (தீவிர சமூக / அரசியல் செயல்பாட்டாளர்களைச் சொல்லவில்லை. அவர்கள் அப்போதே வாசித்திருக்கலாம்.)

அதாவது அவரை வாசிக்கவே இல்லை எனும் போது எப்படி எழுதியிருக்க முடியும்!

இப்படி இருக்க, நவீனக் கவிதைகளில் எப்படி அவர் இடம் பெறுவார்? நவீனக் கவிதை மட்டுமல்ல, நவீனப் புனைவு, வெகுஜனக் கவிதை, வெகுஜனப் புனைவு என எதிலும் அவர் வந்ததாக நினைவு இல்லை. இப்போது ஓரளவு அவரது கருத்துக்கள் விவாதிக்கப்பட்டு விட்டதால் இனி அவர் இலக்கியங்களில் இடம்பெறக்கூடும். இப்போது நடக்கின்ற இந்த விவாதங்களும் அதற்கு *provoking*-ஆக அமையக்கூடும்.

என்க்கே பெரியாரை மையமாக வைத்து ஒரு நாவல் எழுதும் எண்ணம் கடந்த சில ஆண்டுகளாகவே இருக்கிறது. தலைப்பு - இரட்டைக்குழல் துப்பாக்கி.

(ஜனவரி 8, 2022)

14. வீரனின் பாடல்கள்

பெருமாள்முருகன் தமிழ் இலக்கியத்தின் சமீபப் பரபரப்பு. அனேகமாக எல்லாத் தமிழ் எழுத்தாளர்களுக்கும் அவர் மீது மெல்லிய பொறாமை உண்டு என்றுதான் சொல்வேன்.

ஆங்கில மொழிபெயர்ப்பு பெரும்பான்மை எழுத்தாளர்களின் ரகசியச் சொப்பனம். அவை கொணரும் உரிமப் பணமும் பெரும் புகழும் ஒரு பக்கம், அவை திறந்து விடும் பிரம்மாண்ட வாசல்கள் மறுபுறம் என வசீகரமான பக்க விளைவுகள் கொண்டவை. நேரடியாகச் சர்வதேசப் பதிப்பகங்கள் மூலம் நூல் வெளிவருதல் முதல் உலக இலக்கிய விழாக்களுக்கு அழைக்கப்படுதல் வரை இதன் சாத்தியங்கள் அளப்பரியவை. தமிழில் அவ்வேலை செம்மையாக நடந்து கொண்டிருக்கும் எழுத்தாளர் பெருமாள்முருகன். அதன் பலனாக அவரது பெயர் தொடர்ச்சியாகப் பல்வேறு சர்வதேசிய விருதுகளின் இறுதிப் பட்டியல்களிலும் இந்திய அளவிலான பெரும் பரிசுகளிலும் இடம் பெறுகிறது.

அதற்கு அவரது எழுத்துக்களின் தரம், தகுதி மட்டுமின்றி பதிப்பிக்கும் காலச்சுவடின் முன்னெடுப்புகளும் முக்கியக் காரணம். சமீப வெற்றி 25 லகரம் இந்திய ரூபாய்கள் பரிசாகக் கொண்ட ஜேசிபி இலக்கிய விருது - அனேகமாக இந்தியப் புத்தகங்களுக்கு அளிக்கப்படுகிற பரிசுகளில் அதிகத் தொகை

கொண்டது இதுதான். அவர் எழுதிய 'ஆளண்டாப் பட்சி' நாவல் '*Fire Bird*' என்ற பெயரில் ஜனனி கண்ணனால் ஆங்கிலத்தில் மொழிபெயர்க்கப்பட்டு பரிசை வென்றிருக்கிறது. அவருக்கு வாழ்த்தும் வணக்கமும்.

★

பெருமாள்முருகன் பற்றிய என் தனிப்பட்ட வாசிப்பு அனுபவக் குறிப்பாகவும் அவரது எழுத்தாளுமை குறித்த குறுக்குவெட்டுப் பார்வையாகவும் இக்கட்டுரையை அமைத்துக் கொள்ளலாம் என நினைக்கிறேன். அவரெழுத்தைப் பெருமளவு படித்தவன், கொஞ்சம் பழகியவன் என்கிற அடிப்படையில் அதுவே எனக்கு உவப்பானதும் வசதியானதும் கூட.

'பீக்கதைகள்' சிறுகதைத் தொகுதிதான் பெருமாள்முருகனை நான் முதலில் வாசித்தது. அப்படி ஒரு பொருளில் சுவாரஸ்யமாகவும் அனாவசியத் திணிப்பின்றியும் எழுதப்பட்ட சிறப்பான சிறுகதைகள். முகஞ்சுழிக்கும் ஒரு கருப்பொருள் கல்லூரி நாட்களில் என்னை முகம் மலர்த்தியது நினைவிருக்கிறது. அப்போதிருந்து கடந்த 17 ஆண்டுகளாக எனக்குப் பிடித்த சமகால எழுத்தாளர்களில் ஒருவராக நீடிக்கிறார். இடையில் நிகழ்ந்த துன்பியல் நிகழ்விலிருந்து மீண்டெழுந்து மறுபடி தனது மார்க்கத்தைக் கண்டடைந்திருக்கிறார்.

அவர் நாவல், சிறுகதை, கவிதை, கட்டுரை எனச் சகல வடிவுகளிலும் வீரிய செல்வாக்கு செலுத்தும் அரிய எழுத்தாளர். அவற்றோடு பதிப்பு, தொகுப்பு, அகராதி என இன்ன பிற விஷயங்களிலும் கவனம் செலுத்துகிறார். அவரது புனைவெழுத்துகள் அத்தனையும் கொங்கு வட்டார வழக்கில் அமைந்திருந்தாலும் அவை உலகளாவிய பொருத்தப்பாடு கொண்டவை என்பதையே அவர் பெறும் சர்வதேச அங்கீகாரங்கள் உணர்த்துகின்றன.

Think Local, Go Global என்பதற்கான சரியான உதாரணம் அவரது படைப்பிலக்கியங்கள்.

இடதுசாரி மனநிலை, கவிதை எழுதுதல், சிற்றிதழ் பங்களிப்பு என தமிழின் எந்தவொரு படைப்பாளியையும் போலவே எழுத்து வாழ்வைத் தொடங்கியவர் பெருமாள்முருகன். ஆனால் அவரை வித்தியாசப்படுத்தி மேலெழ வைத்தது அவர் மனித உறவுகள் மற்றும் மன உணர்வுகள் குறித்து புனைவுகளில் முன்வைக்கும்

நுண்மையான அவதானிப்புகள்.

சாத்தியமான இலக்கிய வடிவங்களில் எல்லாம் அவர் பங்களிப்புகள் செய்திருந்தாலும் கூட என் பார்வையில் பெருமாள்முருகன் பிரதானமாக ஒரு நாவலாசிரியர்தான். 1991ல் வெளியான 'ஏறுவெயில்' தொடங்கி தொற்று ஊரடங்கு காலத்தில் எழுதிய 'நெடுநேரம்' வரை மொத்தம் பன்னிரண்டு நாவல்கள் எழுதியிருக்கிறார். இப்போது பார்த்தால் இந்த வரிசைக்கும் அவரது வயதுக்கும் ஒரு விதத் தொடர்பு இருப்பது போல் தென்படுகிறது.

முதல் மூன்று நாவல்கள் (ஏறுவெயில், நிழல்முற்றம், கூளமாதாரி) சிறுவர்கள் அல்லது பதின்மர்கள் பற்றியோ அல்லது அவர்கள் பார்வையிலோ அமைந்தவை. அடுத்த மூன்று நாவல்கள் (கங்கணம், மாதொருபாகன், பூக்குழி) காதல் அல்லது திருமணம் உள்ளிட்ட உறவுச் சிக்கல்கள் தொடர்புடையவை. அதன் பிந்தைய மூன்று நாவல்கள் (ஆளண்டாப் பட்சி, ஆலவாயன், அர்த்தநாரி) பிள்ளைப்பேறு, வாழ்க்கையில் உழைத்து முன்னேறுதல் சம்மந்தப்பட்டவை. சமீப மூன்று நாவல்கள் (பூனாச்சி அல்லது ஒரு வெள்ளாட்டின் கதை, கழிமுகம், நெடுநேரம்) ஒரு தந்தையின் அல்லது தாயின் ஸ்தானத்திலிருந்து அடுத்த தலைமுறையைக் கவனிப்பவை, கவலைப்படுபவை, முரண்படுபவை, இணங்குபவை.

அதாவது ஒரு சிறுவன் வளர்ந்து, காதலித்து, கல்யாணம் செய்து. பிள்ளைகள் பெற்று, உழைத்து முன்னேறி, தன் பிள்ளையின் எதிர்காலம் பற்றிக் கவலைப்படுவது என்கிற ஒரு தலைமுறையின் நகர்ச்சியை இப்பன்னிரு நாவல்கள் வழியே உணர முடிகிறது.

இன்னொரு காலகட்ட அடிப்படையிலும் அவரது புனைவுகள் இரு வகையாகப் பிரிந்து கிடக்கின்றன. மாதொருபாகன் நாவலை ஒட்டி வலதுசாரி உதிரி அமைப்புகள் தந்த அழுத்தத்தால் ஜனவரி 2015ல் பெருமாள்முருகன் என்ற எழுத்தாளன் இறந்து விட்டான் என்று அவரே அறிவிக்கிறார். பிறகு 2016 மத்தியில் படைப்புச் சுதந்திரத்தை ஆதரித்து வந்த உயர்நீதிமன்றத் தீர்ப்புக்குப் பின் மறுபடி எழுதத் தொடங்குகிறார். இந்த இருண்ட காலத்துக்கு முன் அவர் எழுதிய நாவல்கள் கொங்கு வட்டாரப் பகுதிகளில் நடப்பவை. அதன் பிறகு அவர் எழுதிய புனைவுகள் யாவும் கற்பனையான ஓர் அசுர லோகத்தில் நடப்பவை. அவர்களிடம்

மனிதச் சாயலும், கொங்கு பாஷையும் பயின்று வந்தாலும் அவர்களின் நிலவியல் நமக்குப் பரிச்சயமான எதனோடும் தொடர்புடையவை அல்ல.

அவர் மறுபடி எழுத ஆரம்பித்ததை மீட்சி என்பதை விட எழுச்சி என்றே சொல்வேன். *Blessing in disguise* என்பார்கள் - அந்தத் துர்நிகழ்வுதான் சர்வதேச ஊடகக் கவனத்தை பெருமாள்முருகன் மீது திருப்பியது; அவருக்கு எதிராகக் கொதித்த அப்பிற்போக்கு அமைப்புகளுக்கு நன்றி நவில வேண்டிய அளவு அவர் மீது வெளிச்சம் பாய்ச்சியது. அதற்குரிய தகுதியைக் கொண்டவை அவரது எழுத்துக்கள் என்பதில் மறுப்பில்லை என்றாலும் இத்தனை துரித ஏற்றம் நிகழ அந்தச் சம்பவம் மிக முக்கியமான காரணி.

“தடைகளால் தழைத்தவர்” என அவரைப் பற்றிக் குறிப்பிடலாம் எனத் தோன்றுகிறது.

★

பெருமாள்முருகன் நாவல்களில் ஒட்டுமொத்தமாகக் கதையின் நகர்வு குறைவாகவே இருக்கும். மாறாக ஒரு சிக்கல் சூழலைச் சிறுசம்பவங்கள் வழி, உரையாடல்கள் வழி நிறுவி, அதன் பாதிப்புகள் அல்லது விளைவுகள் பற்றிய பல்வேறு சாத்தியங்களும் ஆராய்வதே அவரது பாணி. உதாரணமாக கங்கணம் நாவலில் திருமணம் ஆகாத ஓர் ஆண் எதிர்கொள்ளும் பலவித அவமதிப்புகள் சொல்லப்படுகின்றன; மாதொருபாகன் நாவலில் குழந்தைப் பேறில்லாத தம்பதிகள் அதைக் கையாளச் செய்யும் முயற்சிகள் பேசப்படுகின்றன. அப்படிச் சின்னஞ்சிறுபொட்டலங்களின் தோரணமாக இருப்பதே அவரது ஆக்கங்களை வாசிப்பின்பம் மிக்க சுவாரஸ்யப் பிரதிகளாக ஆக்குகின்றன.

பெருமாள்முருகன் ஆரம்ப காலம் முதல் தான் நம்பும் அரசியலைத் தன் படைப்புகளின் வழி பிரச்சார நெடியின்றி *subtle*-ஆகச் சொல்லி வருபவர். அதோடு சங்கடம் பாராமல் புனிதங்களை அடித்து நொறுக்கியவர். அவருக்கு வந்த இடர்பாடு கூட அதன் நேரடி விளைதான் - நம் சமூகத்துக்கு உண்மையை விட உண்மையைச் சொல்வது கசக்கும்.

அறிவித்துக் கொள்ளாவிட்டாலும் சுயசரிதைக்கூறுகள் இவரது புனைவுகளில் ஏராளம் உண்டு. தனது கிராமத்து அனுபவங்களையே

கச்சாவாக்கி பெரும்பாலும் எழுதியவர். அதனாலேயே அவை வெறும் வட்டார வழக்கிலான கதைகளாக மட்டும் அமையாமல் அவ்வட்டாரத்தின் இயல்பைத் துல்லியமாகப் பிரதிபலிப்பதாகவும் அமைந்துள்ளன. நீரும், நிலமும், பயிரும், கிணறும், ஆடும், மாடும் அவற்றில் மலர்ந்து மணக்கின்றன. உதாரணமாக பெண்ணின் அல்குலை வர்ணிக்கும் போதும் "பூக்கட்டிய சோளக்கதிர்" என்கிறார். அவ்வளவு தூரம் விவசாயம் அவர் எழுத்துக்களில் வேர் பாய்ச்சியிருக்கிறது.

கொங்கு வட்டாரத்தை நிறைய எழுதியவர் என்ற வகையில் பெருமாள்முருகன் ஆர். சண்முகசுந்தரத்தின் நேரடி நீட்சி. ஆனால் அப்படி எழுதிய விஷயங்களின் விரிவின் அடிப்படையில் அவர் எப்போதோ ஆர். சண்முகசுந்தரத்தைக் கடந்து விட்டார். அவர் அசுர லோகத்தை வைத்து எழுத ஆரம்பிக்கும் வரை கொங்கு பகுதி மக்களின் உழவு முறைகள், தினசரிச் சிக்கல்கள், தனித்துவப் பழக்கங்கள், பேச்சு வழக்குகள் எனப் பல விஷயங்கள் தொடர்ச்சியாகப் பதிவாகி வந்திருக்கின்றன. மண்ணுக்கும் மனிதர்கள் மனவோட்டத்துக்கும் தொடர்பு உண்டு என்பதை அவற்றின் வழியே உணர முடிகிறது.

பெருமாள்முருகன் தன் புனைவுகளில் மிக வலுவான பல பெண் பாத்திரங்களை எழுதி இருக்கிறார். நாவல்கள் மட்டுமின்றி சிறுகதைகளில் கூட இத்தகு வல்லிய வார்ப்புகள் கணிசமாக இருக்கின்றன. குறிப்பாகக் கணவனை இழந்து குழந்தையை வளர்க்கும் தாய் என்ற பிம்பம் தொடர்ச்சியாக அவரது புனைவுகளில் வருகிறது. அதன் பூரணமாக தன் தாய் பற்றிய அனுபவப் பதிவு நூலாக 'தோன்றாத் துணை'யை எழுதினார் எனலாம்.

போலவே தலித்கள் பற்றிய நேர்மையான சித்திரங்களையும் அவரது எழுத்துக்களில் காண முடிகிறது. அவர் தலித் அல்லாதவர் என்ற அடிப்படையில் மேலிருந்து கொண்டு தலித்கள் மீது அதீத அன்பு காட்டும் பாவனை அவரது படைப்புகளில் அறவே இல்லை. சொல்லப் போனால் ஆதிக்க சாதி போல் மிக இயல்பாகவே சித்தரிக்கப்படுகிறார்கள்.

தனிப்பட்ட முறையில் 'மாதொருபாகன்' *Trilogy*-யின் நாயகியான பொன்னா எனக்குப் பிடித்தமான பாத்திரம். மாதொருபாகன்,

அர்த்தநாரி மற்றும் ஆலவாயன் என்ற மூன்று நாவல்களிலும் பேசப்படும் அவளது உளவியல் சிந்தனைக்கும் விவாதத்துக்கும் உரியது. ஒரு நாவலின் இறுதிப் பகுதியில் தற்கொலைக்கு முயற்சி செய்யும் நாயகன் இறந்தால் என்ன ஆகியிருக்கும், பிழைத்தால் என்ன ஆகியிருக்கும் எனத் தொடர்ச்சியாக இரண்டு நாவல்கள் பெருமாள்முருகன் எழுதியிருப்பதும் தமிழில் முன்னுதாரணம் இல்லாதது.

பெருமாள்முருகன் கட்டுரைகள் எழுதுகையில் ஓர் ஆய்வாளருக்குரிய ஆழ மொழியும் தரவுகளின் செறிவும் இயல்பாகவே வந்தமர்ந்து விடுகிறது. ஆனால் சற்றும் அலுப்பு தராமல் ஆர்வமாக வாசிக்க வைக்கும் சரளமும் அதோடு சேர்த்து வாய்த்திருக்கிறது.

பெருமாள்முருகனுக்கு இன்னொரு தனித்துவமும் இருக்கிறது. தமிழில் பிழையின்றி எழுதும் மூன்று புனைவெழுத்தாளர்களுள் அவரும் ஒருவர் (யுவன் சந்திரசேகரும் பா.ராகவனும் மற்றவர்கள்). அது அவரது பேராசிரியப் பின்புலத்திலிருந்து வந்ததாக எடுத்தாலும் கல்விப் புலத்திலிருந்து எழுதும் எல்லோருமா அதைச் செய்கிறார்கள்!

★

முப்பது ஆண்டுகளுக்கு மேலாக எழுதி வருகிறார். வயதைக் கொண்டு அளந்தாலும் - இன்னும் மணி விழாவுக்கே காலமிருக்கிறது - பெருமாள்முருகனின் வீச்சு வியப்பானது. ஆங்கிலம் மட்டுமில்லாமல் ஜெர்மன், சீனம், இத்தாலி, போலிஷ், மலையாளம், கன்னடம், தெலுங்கு, மராத்தி, இந்தி ஆகிய மொழிகளுக்கும் அவர் படைப்புகள் போயிருக்கின்றன.

பேராசிரியர், கணவர், தந்தை என்ற லௌகீக வாழ்வின் பொறுப்புகளையும் ஏற்றவர். பெருமாள்முருகனை நான் தனிப்பட்டு அறிந்த அளவில் எழுத்துக்களில் வெளிப்படும் முற்போக்குக் கருத்துக்களைத் தன் சொந்த வாழ்விலும் அமல்படுத்துகிறார். அப்படி எழுத்துக்கும் வாழ்வுக்கும் இடைவெளி குறைக்கும் வீம்பு சாதரணமானதல்ல. அதுவும் அவரைத் தமிழின் மற்ற எழுத்தாளர்களிடமிருந்து அந்நியப்படுத்துகிறது என்பேன்.

விளக்கு, கதா, கனடா இலக்கியத் தோட்டம் உள்ளிட்ட பல விருதுகள் பெற்றிருந்தாலும் வழக்கம் போல் தமிழின் சாஹித்ய அகாதமியால்

பெருமாள்முருகன் இதுகாறும் கண்டு கொள்ளப்படவில்லை. (அவரது 'மாதொருபாகன்' நாவலின் மொழிபெயர்ப்பான '*One Part Woman*' ஆங்கில மொழியாக்கத்துக்கான சாஹித்ய அகாதமி விருதினைப் பெற்றது.)

முன்பே சொன்னது போல் தேசிய, உலகளாவிய அங்கீகாரங்கள் அவருக்குப் புதிதல்ல. 2023க்கான சர்வதேச புக்கர் பரிசுக்கான நெடும்பட்டியலில் அவரது 'பூக்குழி' நாவலின் மொழிபெயர்ப்பான '*Pyre*' இடம் பெற்றது. அதற்குப் போன முதல் தமிழ் நாவல் அதுவே. அந்நூல் தெற்காசிய இலக்கியங்களுக்கு வழங்கப்படும் DSC பரிசின் நெடும்பட்டியல் 2017ம் ஆண்டு இடம் பெற்றது. 2019ம் ஆண்டு அப்பரிசின் நெடும்பட்டியலில் அவரது 'ஆலவாயன்' நாவலின் மொழிபெயர்ப்பான '*A Lonely Harvest*' இடம் பெற்றது. இப்போது அவர் பெற்றிருக்கும் JCB பரிசின் கதவுகளையும் அவர் தட்டுவது முதல் முறை அல்ல. 2018ல் அவரது பூனாச்சி நாவலின் மொழிபெயர்ப்பான '*Poonaachi or the story of a Black Goat*'ம் 2019ல் அவரது 'ஆலவாயன்', 'அர்த்தநாரி' நாவல்களின் மொழியாக்கங்களான '*A Lonely Harvest*' & '*Trial by Silence*' இரண்டும் அப்பரிசின் இறுதிப் பட்டியலில் இடம் பெற்றன.

ஒரு காலத்தில் தமிழ் இலக்கியம் அண்ணாந்து பார்த்த சில சர்வதேச அங்கீகாரங்களை இன்று பெருமாள்முருகன் கைப்பற்றி இருக்கிறார், அல்லது அருகே போயிருக்கிறார். இன்னும் அப்படியான பற்பல விருதுகள், பரிசுகள் அவரை வந்தடையும் என்பதில் சந்தேகமில்லை. அது இறுதியில் இலக்கிய நொபேல் பரிசு வரையிலும் பாயக்கூடும்.

★

பெருமாள்முருகன் நவீனத் தமிழ் இலக்கியத்தில் ஓர் அரிய நிகழ்வு. தரமும் வெற்றியும் ஒருங்கே சேர்வது அதிகம் இங்கே நிகழ்ந்தது கிடையாது. ஜெயகாந்தன் ஓர் உதாரணம். சமகாலத்தில் ஜெயமோகனையும் பெருமாள்முருகனையும் சொல்லலாம். இந்த வெற்றி தொடர வேண்டும். அது தமிழின் பிற படைப்புகள் வெளியில் செல்லவும் வழிவகுக்கும். எனவே பெருமாள்முருகனை ஆதரிப்பதும் பாதுகாப்பதும் தமிழ் வாசகர்களின் கடமை.

அவரால் மலம் மணக்கும் 'பீக்கதைகள்' எழுத முடிகிறது, வசை

வார்த்தைகளை ஆய்ந்து 'கெட்ட வார்த்தை பேசுவோம்' என்று சொல்ல முடிகிறது, சமூகத்தில் நிலவிய, நிலவும் பாலியல் மீறல்களைச் சமரசமின்றியும் வக்கிரமின்றியும் வடித்துக் காட்ட முடிகிறது, தான் சார்ந்த சாதியின் ஆணவச் செயல்களைத் தயக்கமின்றி விமர்சனம் செய்ய முடிகிறது. அவர் புனைவுகளில் மனித மனதின் இருள் சூழ்ந்த இடுக்குகளில் கூசாமல், தயங்காமல் ஒளிக் கதிர் பாய்ச்சுகிறார். பேசாப் பொருளை மட்டுமின்றி, பேசக்கூடாப் பொருளையும் பேசுபவர் என்ற வகையில் அவரது எழுத்துக்கள் அவரை ஒரு மாபெரும் துணிச்சல்காரரர் என்றே நிறுவுகிறது. அவ்வகையில் 'கோழையின் பாடல்கள்' எழுதிய பெருமாள்முருகனின் படைப்புகளை வீரனின் பாடல்கள் என்றே வரையறுப்பேன்.

பெருமாள்முருகன் கருத்துரிமை வழக்கில் உயர்நீதிமன்றத் தீர்ப்பின் இறுதி வரி: *"Let the author be resurrected to what he is best at. Write."* அதையேதான் நானும் அடிக்கோடிடுகிறேன். இன்று அவர் வேகம் குறைத்திருக்கிறார். அளந்தே அடிகள் எடுத்து வைக்கிறார். அசுர லோக அரிதாரம் ஓர் உதாரணம். அவரது சாவுக்கும் உயிர்த்தெழலுக்கும் முன்பிருந்த தீவிரம் மறுபடி அவர் எழுத்தில் திரும்ப வேண்டும் என்றே அவரிடம் வாசகனாகவும் மாணவனாகவும் கோருவேன். ஒப்பீட்டளவில் அதுவே எனக்கு விருப்பம். இது பழைய சொலவடைதான்; ஆனால் இப்போது சொல்வது பொருத்தமானது - கப்பல் கரையில் நங்கூரமிட்டிருப்பது பாதுகாப்பானதே, ஆனால் கப்பல் அதற்காகக் கட்டப்பட்டதல்ல.

(நவம்பர் 22, 2023 மெட்ராஸ் பேப்பர் மின்னிதழில் வெளியானது)

15. கவிச் சாத்தான்

ஊரில் உள்ள சோட்டா டான்கள் எல்லாம் தேடி வந்து பாட்ஷா பாயின் புறங்கையில் முத்தமிட்டுச் செல்வது போல் ஃபேஸ்புக் டைம்லைன் முழுக்க மனுஷ்ய புத்திரனுக்கான பிறந்த நாள் வாழ்த்துக்கள் வரிசை கட்டி நிற்கின்றன. அதில் கணிசமானோர் பெண்கள் என்பது லைட்டாப் பொறாமைப்பட வைக்கும் கலைஞனாக அவரை ஆக்கி விடுகிறது.

மனுஷ்ய புத்திரன் என் பதிப்பாளர் என்பதெல்லாம் சமீப நாட்களில் கொண்ட லௌகீக உறவு. அதன் பொருட்டு என்றும் அவர் என் நன்றிக்குரியவர் என்றாலும் மனதில் எப்போதும் எழும் பிரம்மாண்ட பிம்பம் அவர் மஹாகவி என்பதே. அவர் கவிதைகளை சராசரியாகக் குறைந்தது வாரம் ஒரு முறையேனும் ஷேர் செய்ய வேண்டியதாகிறது. கடந்த இருபதாண்டுகளாக தமிழின் உச்சக் கவி மனுஷ்ய புத்திரன்தான். தமிழில் இந்த அளவு நெடிய கன்சிஸ்டன்ஸி கொண்ட இன்னொரு படைப்பாளி ஜெயமோகன் மட்டுமே.

மனுஷ்ய புத்திரன் என்ற பெயர் சுஜாதாவின் வழி 90களின் இறுதியில் அறிமுகமாகி இருந்தாலும் நான் முதலில் வாசித்த அவரது எழுத்து குமுதம் இதழில் வெளியான 'பிசாசைப் பழக்குதல்' (2001ம் ஆண்டாய் இருக்கலாம்). அதுவரை வாசித்த கவிதைகளிலிருந்து மாறுபட்டு அது புதிய போதையாய்

இருந்தது. (இப்போது வரையிலுமே அது அப்படியான ஒரு கவிதைதான்.) அதன் பிறகு உயிர்மை முதலான சிற்றிதழ்களில் அவ்வப்போது அவர் எழுத்துக்களை கடந்த ஆண்டுகளில் தொட்டு வந்திருக்கிறேன். அவ்வகையில் கவிதை மற்றும் கவிதையல்லாத அவரது பெரும்பான்மையான எழுத்துக்களை வாசித்திருக்கிறேன். அவரது கவிதையை மேற்கோளிட்டுத் தொடங்கும் என் கட்டுரைகள் குறைந்தபட்சம் பத்து இருக்கும்.

ஒரு பதிப்பாளராக அவர் செய்து வரும் இலக்கியப் பங்களிப்பு ஐயமின்றி முக்கியமானதே. அவரது சில அரசியல் கருத்துக்களிலும், உணர்ச்சிவயமான எதிர்வினைகளிலும் எனக்கு முரண்பாடு உண்டு. ஆனால் அதை எல்லாம் மறுதலித்து என் ஆதர்சக் கவியாக மனதில் அவரை இருத்திக் கொண்டு கொண்டாடவே பிரியப்படுகிறேன். இப்போது யோசித்துப் பார்த்தால் அவரிடம் நான் இதுவரை பேசி இருப்பதே பத்து, பதினைந்து சொற்களுக்குள்தான் இருக்கும் எனத் தோன்றுகிறது. ஆனால் அவர் கவிதைகளின் ஒரு லட்சம் சொற்களோடு பேசி இருப்பேன்.

மனுஷ்ய புத்திரனின் நடையை மலினமாய்ப் பிரதியெடுக்க முனையும் படைப்பாளிகள் இருக்கிறார்கள். அது நடக்கத்தான் செய்யும். சுஜாதாவுக்கு நடந்தது, வைரமுத்துவுக்கு நடந்தது, ராஜேஷ் குமாருக்கு நடந்தது, ரமணிச் சந்திரனுக்கு நடந்தது, எஸ்.ரா.வுக்கு நடக்கிறது, ஜெயமோகனுக்கு நடக்கிறது, மனுஷ்ய புத்திரனுக்கும் நடக்கிறது. நானே அறியாமல் செய்திருக்கிறேன். இதில் எடுத்துக் கொள்ள வேண்டியது அவர் அடுத்த தலைமுறைக் கவிஞர்களிடம் செலுத்தும் செல்வாக்குதான். அவர் தடுக்க ஏதுமில்லை.

அவரது கவிதைகள் ஏன் மற்றவர்களுடையதை விட வாசக மனதுக்கு இணக்கமானதாக இருக்கின்றன? அவை உரையாடல் போன்றிருப்பதே எனத் தோன்றுகிறது. அதாவது முன்னிலை வாக்கியங்களைக் குறிக்கவில்லை; கவிதை வாசிப்பே ஓர் உரையாடலாக மாறிப் போவதைச் சொல்கிறேன். நீதிபதியாசனத்தில் அமர்ந்தபடி தீர்ப்புச் சொல்லும் மற்றவர்களின் அந்நியம் அவரிடத்தில் இல்லை. மனுஷ்ய புத்திரனின் கவிதைகள் இருவழிச் சாலைகள். வாசகன் ஏதோ ஒன்றைப் பெறுவதைப் போலவே படைப்பாளியும் அங்கே ஒன்றைப் பெறுகிறார். அதனால்

வாசகனுக்கு தம்மைப் போன்ற ஒருவரின் குரலாகவே அது கேட்கிறது. அது அப்பிரதியை மனதுக்கு நெருக்கமாக்குகிறது.

அவ்வகையில் 'தனியாக இல்லை' என்ற கவிதை (பசித்த பொழுது தொகுப்பிலிருந்து) உண்மையில் அவரது கவிதை பற்றிய *meta-poem* என்று தோன்றுகிறது.

சாலையின் ஓரத்தில்
தன்னந்தனியே வீழ்பவன்
யாரோ ஒருவன்
தன்னைத் தொட்டுத் தூக்கும்போது
நினைக்கிறான்
தான் தனியாக இல்லை
என்று
சாலையின் ஓரத்தில் வீழும்
யாரோ ஒருவனைத்
தொட்டுத் தூக்கும்
யாரோ ஒருவன்
நினைக்கிறான்
தான் தனியாக இல்லை
என்று

இந்தப் பரஸ்பர உணர்வு வாசகனுக்கு மனுஷ்ய புத்திரனின் கவிதைகளில் நிகழ்வதாக நினைக்கிறேன். இங்கே தூக்குபவன்தான் இறங்கி வந்து விழுந்தவனுக்குப் பேருதவி ஒன்றைச் செய்வதாகப் பாவித்துக் கொள்ளவில்லை. அவன் மிகுந்த உவப்போடு தன் தனிமையை நீக்க வந்தவனாகக் கருதி அதில் இறங்குகிறான். அவனது தொடுகையில் அந்த வாஞ்சையை விழுந்தவன் உணர்ந்திருப்பான். அதே வாஞ்சையைத்தான் மனுஷ்ய புத்திரனின் வரிகளில் வாசகனும் உணர்கிறான். கவிதையெனும் அந்தரங்கத் தோழமை!

நான் கவிதை வாசகன் அல்லன். ஆனால் நான் தொடர்ந்து வாசிக்கும் ஒரே கவிஞர் மனுஷ்ய புத்திரன். நாம் பலவீன மனமுடைய ஏவாள்கள் எனில் நம்மை விலக்கப்பட்ட கனியை உண்ணத் தூண்டும் சர்ப்பங்கள் ஒவ்வொரு வரியிலும் நெளியும் கவிதைகள் புனைபவர் 'கவிச் சாத்தான்' மனுஷ்ய புத்திரன்! கவிஞர்கள் பொதுவாக மிகக் குறைவாக எழுதுவதே உலகெங்கும்

நவீன இலக்கிய வழக்கு. ஆனால் மனுஷ்ய புத்திரன் காவிய மரபிலிருந்து தப்பி நம் காலத்தில் வந்து சிக்கிக் கொண்டவர். அதனால் ஓர் ஊற்று போல் கவிதைகளைச் சதா சுரந்து கொண்டே இருக்கிறார். முலையருந்திய சிசு கிறங்கிக் கிடப்பது போல், *Hamelin*-ன் *Pied Piper*-ன் குழலோசை கேட்டு எலிகள் மயங்கிப் பின்னே சென்றது போல்தான் அவர் சொற்களில் ஆயிரக் கணக்கான கவிதை வாசகத் திரள் சொக்கிக் கிடக்கிறது. எளிய மனங்களின் பாணன் என்று சமீபத்தில் பாரா அவர் பற்றிச் சொன்னது துல்லியமான வர்ணனை. எனக்கு ஒரு திட்டம் கடந்த சில மாதங்களாக மனதில் இருக்கிறது. என் ரசனைப்படி மனுஷ்ய புத்திரனின் சிறந்த 1000 காதல் கவிதைகள் தொகுத்து நூலாக்குவது. எப்போது விடிகிறதெனப் பார்ப்போம்.

(மார்ச் 15, 2017)

16. இருளில் ஒளிரும் கவிதை

I was a helpless girl
against the brutal world of
bottom-patting-and-breast-pinching.

- Meena Kandasamy, Apologies for living on... (Touch)

★

தமிழகத்தின் இளம் தலைமுறை தலித்திய, பெண்ணியப் படைப்பாளுமைகளுள் முக்கியமானவராகத் தென்படுகிறார் மீனா கந்தசாமி. கிண்டி பொறியியல் கல்லூரியின் ஆங்கிலத்துறையில் பிஹெச்டி செய்து கொண்டே கற்பிக்கும் இணை ஆராய்ச்சியாளயாக பணிபுரியும் மீனா எழுதுவது ஆங்கிலத்தில்தான் என்றாலும் அவற்றில் தமிழ்ச் சூழலின் ஆதாரக்கூறுகள் ஊடுபாவாய் இழையோடி நிற்கின்றன.

கவிதைகள், மொழிபெயர்ப்புகள், புனைவிலக்கியம், வாழ்க்கை வரலாறு என்று பரந்த தளங்களில் பரவியிருக்கும் இவரது எழுத்துக்கள் தலித், பெண்களின் பிரச்சனைகளை மையமாகக் கொண்டு மெல்லிய அங்கதத்துடன் அவை முன்வைக்கும் அரசியலை நோக்கி கேள்வி யெழுப்புபவை. மீனாவின் படைப்புகளுள் முக்கியமானதாக நான் கருதுவது அவரது முதல் புத்தகமான *Touch* என்கிற கவிதைத் தொகுப்பைத்தான்.

விடுதலைச் சிறுத்தைகள் கட்சியின் தலைவர் தொல். திருமாவளவனின் உரைகள் மற்றும் எழுத்துக்களை ஆங்கிலத்தில் மொழி பெயர்த்திருக்கிறார். ஈழக் கவிஞர் காசி அனந்தனின் கவிதைகளையும், சிறுகதைகளையும் மொழி பெயர்த்திருக்கிறார். அதோடு, பெரியாரின் 'பெண் ஏன் அடிமையானாள்?' புத்தகத்தையும், 18 தமிழ் தலித் கவிஞர்களின் கவிதைகளை ஒரு தொகுப்பாகவும் பெயர்த்திருக்கிறார்.

கேரளாவின் தலித் தலைவர் அய்யன்காளியின் வாழ்க்கை வரலாற்றை எம். நிஸாருடன் இணைந்து எழுதியிருக்கிறார். ஆங்கிலத்தில் வெளியாகும் நூல்களுக்கு மதிப்புரையும், முக்கிய ஆளுமைகளின் நேர்காணல்களும் எழுதியிருக்கிறார். இவை தவிர கொஞ்சம் சிறுகதைகளும், நிறையக் கட்டுரைகளும் எழுதியிருக்கிறார். வலைதளங்களிலும் தொடர்ந்து எழுதி வருகிறார். வலைப்பதிவு ஒன்றும் வைத்திருக்கிறார்.

தன் எழுத்துக்கள், மொழிபெயர்ப்புகள் மற்றும் செயல்பாடுகள் வழி பெண்ணிய, தலித்திய, தமிழிய பிரச்சனைகளை எதிர்ப்பதே தன் வழி எனக் குறிப்பிடுகிறார் மீனா. மறைந்த எழுத்தாளர் கமலாதாஸ், மீனாவின் *Touch* புத்தகத்தின் முன்னுரையில் இவரது எழுத்துக்களைப் பற்றி *"dark cynicism of youth"* என்று குறிப்பிடுகிறார்.

உதாரணமாய், காந்தியைப் பற்றி மீனா எழுதியிருக்கும் இக்கவிதையை கவனியுங்கள்:

Mohandas Karamchand
(written after reading Sylvia Plath's Daddy)
"Generations to come will scarcely believe that such a one as this
walked the earth in flesh and blood."
—Albert Einstein
Who? Who? Who?
Mahatma. Sorry no.
Truth. Non-violence.
Stop it. Enough taboo.
That trash is long overdue.
You need a thorough review.

Your tax-free salt stimulated our wounds
We gonna sue you, the Congress shoe.
Gone half-cuckoo, you called us names,
You dubbed us pariahs—"Harijans"
goody-goody guys of a bigot god
Ram Ram Hey Ram—boo.
Don't ever act like a holy saint.
We can see through you, impure you.
Remember, how you dealt with your poor wife.
But, they wrote your books, they made your life.
They stuffed you up, the imposter true.
And sew you up—filled you with virtue
and gave you all that glossy deeds
enough reason we still lick you.
You knew, you bloody well knew,
Caste won't go, they wouldn't let it go.
It haunts us now, the way you do
with a spooky stick, a eerie laugh or two.
But they killed you, the naked you,
Your blood with mud was gooey goo.
Sadist fool, you killed your body
Many times before this too.
Bapu, bapu, you big fraud, we hate you.

கமலாதாஸ் சொல்வது சரியென்றே தோன்றுகிறது.

(அக்டோபர் 3, 2009)

17. அபத்தங்களின் அபிநயம்

(பா.ராகவனின் ஜந்து நாவலுக்கு எழுதிய முன்னுரை)

"என்னைப் பார்க்க வந்தவர் / தன்னைப் பார் / எனச் சொல்லிச் சென்றார்!" என நகுலன் நவின்றது போல் என்னிலிருந்தே இதனைத் தொடங்குகிறேன். ஒரு பேரெழுத்தாளர் தனக்குப் பின் வந்த இளைய எழுத்துக்காரர்களைத் தன் படைப்புக்கு முன்னுரை நல்கச் சொல்வது அவர்களுக்கு வழங்கப்படும் கௌரவம் என்றே கருதுகிறேன். அவ்வகையில் பாராவுக்கு நான் எழுதும் இரண்டாம் முன்னுரை இது எனும் போது கூடுதல் குதூகலம் இருக்கத்தான் செய்கிறது (முந்தையது '14ம் லூயியின் பாத்ரூம் சாஹித்யங்கள்').

முதலில் ஒன்றைச் சொல்ல வேண்டும். அலுவலக அழுத்தங்கள், சொந்த வேலைகள், அதன் நிமித்தப் பயணங்கள் என வாழ்வின் நெருக்கடி மிகுந்த காலகட்டம் இது எனக்கு. எனவே பாரா அனுப்பிய ஜந்து நாவலைச் சுத்தமாக மறந்து போனேன். கெடு நாளில் அவர் நினைவூட்டிய போதுதான் அவமானமும் அதிர்ச்சியும் சங்கடமும் சஞ்சலமும் ஆகி வாசிக்க எடுத்தேன். அன்று என் மனைவியின் பிறந்த நாள் என்பதால் அதற்கும் இடம் ஒதுக்கி மீதமிருந்த அரை நாளில் முடிக்க வேண்டிய இக்கட்டு. திறந்து பார்த்தால் வேர்ட் கோப்பில் இருநூறு பக்கங்களைத் தொட்டு நிற்கிறது. ஆனாலும் எந்தப் பிரச்சனையும் இல்லாமல்

முழுமையாகப் படித்து முடிக்க முடிந்தது. அதற்கு முக்கியக் காரணம் இந்தப் பிரதியின் சுவாரஸ்யம் அளித்த வாசிப்பின்பம்தான். மொத்தம் முப்பது அத்தியாயங்கள் கொண்ட இந்த நாவலில் எங்குமே தேக்கம் இல்லை. தங்கு தடையற்ற, ஆற்றொழுக்கான ஓட்டம். வாசகன் நாவலை அப்படியே வாஞ்சையுடன் வாரி அணைத்துக் கொள்ளலாம்.

★

வாட்ஸாப் சேனலில் எழுதப்பட்ட 'ஐந்து' தொடர்கதைதான் இப்போது நாவலாகப் புத்தக ஆக்கம் பெறுகிறது. *Curiosity* கொண்ட குழந்தை கணக்காக எழுத்து சம்பந்தமாக இப்படி ஏதாவது ஜிம்னாஸ்டிக் முயற்சிகள் செய்து கொண்டே இருப்பவர்தான் பாரா. அதற்குரிய லாப - நஷ்டங்களை, புகழ் - வசைகளை ஏற்பதில் அவருக்குத் தயக்கம் இருப்பதில்லை.

துறைசார் அனுபவங்களில் புனைவேற்றி நாவல் எழுதும் வழக்கம் உலக இலக்கியத்தில் ஏற்கெனவே உண்டுதான். தமிழிலும் விவசாயம் முதல் தகவல் தொழில்நுட்பம் வரை பல துறை சார்ந்து நாவல்கள் வெளியாகி இருக்கின்றன. 'ஐந்து' நாவல் அவ்வகைமையில் முக்கியமான உதாரணமாக நிற்கும். நானறிந்து பாராவுக்கு நான்கு துறைகளில் நிறைய அனுபவம் இருக்கிறது. ஒன்று பத்திரிக்கை, அடுத்து பதிப்பகம், அப்புறம் சீரியல் எனப் படும் தொலைக்காட்சி நெடுந்தொடர், சமீப காலமாக ஆன்லைன் வகுப்புகள். ('யதி' நாவலை வாசிக்கையில் அவருக்கு சித்து வேலைகளிலும் கைங்கர்யம் இருக்குமோ என ஒருவருக்குச் சந்தேகம் எழுவது இயல்பே.) சீரியல் உலகை வைத்து பூனைக்கதை என்ற நாவலை ஏற்கெனவே எழுதி இருக்கிறார். இக்கதை பத்திரிக்கைத் துறை பற்றியது.

'ஐந்து' நாவலில் 2000ங்களின் தொடக்கத்தில் ஒரு தமிழ் அச்சுப் பத்திரிக்கை அலுவலகம் எப்படி இயங்குகிறது என்ற குறுக்குவெட்டுப் பார்வை கிடைக்கிறது. நமக்கு அச்சுப் பத்திரிக்கைகளின் பணிச் சூழல் குறித்து இருவேறு சித்திரங்கள் இருக்கின்றன. ஒன்று 'ஊமை விழிகள்' முதலிய 80-களின் திரைப்படங்கள் அளித்த புரட்சி முகம். அடுத்து 'கோ' திரைப்படம் அளித்த வண்ணமயமான பிம்பம். ஐந்து இந்த இரண்டையும் உடைத்து மிக யதார்த்தமான *grounded* தோற்றத்தைத் தீற்றிக்

காட்டுகிறது. ஒரு பத்திரிக்கைக்காரர் பத்திரிக்கை அலுவலகம் பற்றி எழுதிய சுவாரஸ்யமான பெருங்கட்டுரை எனலாம்!

இந்நாவலில் ஒவ்வொரு அத்தியாயமும் ஒவ்வொரு விஷயத்தை அல்லது நபரைப் பற்றிப் பேசுகிறது என்றாலும், எல்லா அத்தியாயங்களின் முடிப்பிலும் ஒரு நிறைவு இருக்கிறது என்றாலும் இதைச் சிறுகதைகளின் தொகுதி என்று சொல்ல முடியாதபடி நாவலாகவே திரண்டு நிற்கிறது. இது வெறுமனே இதன் கதாபாத்திரங்கள் சகல அத்தியாயங்களுக்கு இடையேயும் பகிரப்பட்டிருப்பதால் எழும் தோற்ற மயக்கமல்ல. மாறாக, இது ஓர் இளம் பத்திரிக்கையாளனின் பயணம் என்ற விரிவான விஷயத்தைப் பேசுவதன் வாயிலாக நாவலாகிறது. அவன் ஒரு பத்திரிக்கையின் நேர்முகத்துக்குப் போவது தொடங்கி, அங்கு வேலை கிடைத்துக் காணுகிற பலவித ஏற்றத்தாழ்வுகளுக்கு அப்பால், ஒரு கட்டத்தில் அங்கிருந்து வெளியேறுவது வரை முழுமையான ஒரு வாழ்க்கையைக் காட்டுகிறது. ஆனால் உண்மையில் அவனது வாழ்க்கையைப் பேசுவது என்பது ஒரு சாக்கு மட்டுமே, அந்தப் பத்திரிக்கையின் இயங்கியலை *(Dynamics)* அது நெருங்கி அணுகிப் பேசுகிறது.

அந்த இளம் பத்திரிக்கையாளன் பாராவாக இருக்கலாம். யாராகவும் இருக்கலாம். அதே போல்தான் இந்நாவலின் ஒவ்வொரு கதாபாத்திரமும். தொண்ணூறுகளின் பிற்பகுதியில் இரண்டாயிரங்களின் ஆரம்பத்தில் தமிழ் வெகுஜனச் சஞ்சிகைகளை விரும்பி வாசித்த எவருக்கும் பத்திரிக்கை உலகின் வெவ்வேறு பெயர்கள் மனதில் வந்து போகும். ஆனால் இது ஒன்றும் கிசுகிசு அல்ல. எனவே அந்த எண்ணங்களைப் புறமொதுக்கி வைத்து விட்டு இது முழுக்க ஒரு கற்பனைக் கதை என வாசிக்க எடுத்தாலும் குறை ஒன்றும் இல்லை.

★

‘ஜந்து’ என்ற இந்தத் தலைப்பு இது ஒரு விஞ்ஞானப் புதினம் அல்லது மிகு புனைவு என்ற எண்ணத்தைத்தான் எனக்கு அளித்தது. அறிவிற் குறைந்த மனிதர்களின் கதை இது. யோசித்துப் பார்த்தால் இந்த நாவலே அபத்தங்களின் அபிநயம் எனலாம். மனிதர்கள் தர்க்கத்துக்குப் புறம்பாகவும் நியாயத்துக்கு எதிராகவும் தொடர்ந்து மிக விரும்பிச் செயல்படுவது இக்கதையில் ரசிக்க

ரசிக்கப் பதிவு செய்யப்பட்டிருக்கிறது. இத்தனை மிகைச் சம்பவங்களை, மீஆசாமிகளை நம்பகமாகச் சொன்னதே ஒரு சாதனைதான்!

நாவலின் சில வரிகளை மிக ரசித்தேன்: "மரியாதையை மிகவும் மரியாதையாகக் கையாள வேண்டும்", "காதல் வந்துவிட்டால் வீரமும் இலவச இணைப்பாக வரும்தான்", "எல்லாம் தெரிந்தவர்களுக்கு, எது முக்கியமோ அது தெரியாமல் போய்விடுகிறது", "புன்னகைக்கும் புன்சிரிப்புக்கும் இடைப்பட்ட வெளியை நிரப்புவதற்குப் பல் வரிசை சரியாக இருக்க வேண்டும்", "எதை உண்டாலும் சுவைதான் நாக்கில் நிற்குமே தவிர ருசி கரைந்துவிடும்" (சுவையும் ருசியும் வெவ்வேறு என இதன்வழிதான் கண்டுகொண்டேன். இதுகாறும் இரண்டையும் பரஸ்பர மாற்றுப் பதமாகவே பயன்படுத்தி வந்தேன்.) "அதை மகிழ்ச்சி என்பதா, நிம்மதி என்று வகைப்படுத்துவதா என்று சிறிய குழப்பம் இருந்தது. நிம்மதி உணர்வினால் வந்த மகிழ்ச்சி என்று நினைத்துக்கொண்டான்.", "கவலையில் இருப்பவர்களுக்கு அதற்கு வெளியே வேறெதையும் பேசப் பிடிக்காது. சிலருக்கு ஆறுதல் சொற்கள் தேவைப்படலாம். அதுவுமே ஒரு ஏமாற்றுதான். காப்பி சாப்பிட்டால் தலைவலி போய்விடும் என்பது போல.", "குழந்தைத் தொழிலாளிகளை வேலைக்கு வெக்கறது எப்படித் தப்போ அப்படித்தான் ரிடையர் ஆனவங்கள திரும்பக் கூப்ட்டு வேல பாக்க சொல்றதும். கொஞ்சமாவது கருணை வேணும் சார்!", "மானிட்டரின் முதுகுப் பக்கம் நிறைமாத கர்ப்பிணியின் வயிற்றினும் பெரிதாக இருந்தது". இப்படி நாவல் நெடுகிலும் பாரா ப்ராண்ட் பகடி வரிகள். கதாபாத்திரப் பெயர்களுமே குறுநகையை அளிக்கத் தவறவில்லை - கனவான், இரண்டாம் நிலைக் கனவான், புதிய கனவான், எட்டியப்பன், குல்சாரிலால், மார்க்கோ போலோ, டெவில் பிரசாத், வி. டபிள்யூ. சோலையப்பன்... அதில் எனக்கு மிகப் பிடித்திருந்தது திருக்காளத்தி நாதனின் வார்ப்பு!

நாயகனான 'அவன்' நமக்கு ஒரு கதைசொல்லியாக மட்டுமே இருக்கிறான். அதாவது நாவலின் பாத்திரங்களுக்கும் வாசகர்களாகிய நமக்கும் மத்தியில் ஒரு பாலமாகச் சில விஷயங்களைக் கடத்துகிறான். மற்றபடி, சாகசங்கள் ஏதும் செய்யாத சாதாரணப் பார்வையாளன் மட்டுமே 'அவன்'. அதுவே அப்பாத்திரத்தை

வசீகரமானதாக்குகிறது. இதில் வரும் 'அவன்' பாராதான் எனில் அவர் பெற்ற வெற்றிகளை, பாராட்டுக்களைச் சுயப்பிரதாபம் *(Blow one's own trumpet)* செய்து கொள்ள சகல வாய்ப்புகள் இருந்தும் அதை மறுதலித்து எழுதியிருக்கும் நிதானம் வியப்பை உண்டாக்குகிறது. நான் அவரிடத்தில் இருந்தால் அப்படிச் செய்திருக்க முடியாது என்றே படுகிறது. தன்முனைப்பு இல்லாத அந்தத்தன்மையும் இந்நாவலுக்குத் தனி இலக்கிய அந்தஸ்தை வழங்கி விடுகிறது.

இன்னொரு விஷயம் உண்மை சார்ந்த ஒரு புனைவில் கற்பனையைக் கலப்பது குறித்தது. உண்மை முக்கியமே இல்லை, நாவலுக்கே விசுவாசமாக இருக்க வேண்டும் என்ற புரிதல் எழுத்தாளனுக்கு அவசியம். நிஜத்தின் மீது விரிசல் விழுகிறதே என்ற கவலையைப் புறமொதுக்கத் தெரிந்திருக்க வேண்டும். இதில் அது சரியாக நடந்திருக்கிறது. எங்கும் நாம் ஓர் உண்மைச் சம்பவத்தைப் படிக்கிறோம் என்ற ஆவணத்தன்மையின் நிழல் விழவே இல்லை. எழுதியது பாரா என்ற *Metadata*-வைக் கொண்டு இது அசல் நிகழ்வுகளின் தழுவல் என ஒருவர் ஊகிக்கிலாமே ஒழிய நாவலுக்குள் அதற்கான தடயம் இல்லை. 'ஜந்து' முழுக் கற்பனையான படைப்பு என்று சொன்னாலும் நம்புவதில் சிரமமில்லை.

வடிவம் மற்றும் உள்ளடக்க அடிப்படையில் ஜந்துவை 'ஒற்றன்' நாவலுடன் ஒப்பிடலாம். அதில் எப்படி அயோவா பல்கலைக்கழகத்தில் இலக்கியப் பயிற்சி முகாமுக்காகச் சென்றிருந்த அனுபவங்களை அசோகமித்திரன் அங்கிருந்த ஒவ்வொருவர் குறித்த தனித்தனித் கதைகளாக எழுதினாரோ இதிலும் பாரா அப்படித்தான் பத்திரிக்கை அலுவலகத்தின் ஒவ்வொருவர் பற்றியும் எழுதியிருக்கிறார். எப்படி அதில் அந்தச் சம்பவங்களின் ஊடாகப் புனைவெழுத்து பற்றியும் பொதுவாக மனிதர்கள் பற்றியும் புரிதல் கிடைக்கிறதோ அப்படி இதிலும் பத்திரிக்கை உலகம் பற்றியும் மனித இனம் பற்றியும் அறிதலை அடைய முடிகிறது. எல்லா அலுவலகங்களிலும் மனிதர்கள்தானே வேலை செய்கிறார்கள்! அங்கெல்லாம் அரசியல் இருக்கத்தானே செய்கிறது! எனவே பத்திரிக்கைக்காரர்கள் மட்டுமின்றி பணியிடத்தில் புழங்குவோர் எல்லோரும் இந்த நாவலைத் தம் அனுபவங்களுடன் பொருத்திக் கொள்ள முடியும். என்னால் முடிந்தது!

இதில் ஒரு சொல் கூட கற்பனை இல்லை என்று சொன்னாலும் நான் வியக்க மாட்டேன்.

★

நான் பதினெட்டு ஆண்டுகளாக தகவல் தொழில்நுட்பத் துறையில் பணிபுரிகிறேன். என்னால் என் துறை குறித்து இப்படி ஒரு நாவல் எழுதி விட முடியுமா எனக் கேட்டால் சந்தேகம்தான். இதை எழுத இரண்டு விஷயங்கள் தேவை. ஒன்று தன்னைச் சுற்றி நிகழும் சம்பவங்களைக் கவனித்து உள்வாங்கி வைத்திருத்தல். அடுத்து அவற்றை உறுத்தாமல் ஒரு புதினமாகத் தொகுக்கும் லாகவம். இந்த இரண்டும் பாராவுக்குப் பிரமாதமாக வாய்த்திருக்கிறது! நாவலிலேயே ஒரு வரி உண்டு: "கருவிலிருக்கும் குழந்தையைப் போலத் தன் பணிக்குள் ஒடுங்கிக்கொண்டான்". அப்படி ஒடுங்கிக் கொண்டால்தான் வெளி வந்தபின் கருவறை பற்றி எழுத முடியுமோ என்னவோ!

நான் வாசித்த அளவில் பாராவின் ஆகச் சிறந்த நாவல் ஐந்துதான் எனப்படுகிறது. யதி போன்ற பிரம்மாண்டத்தை, இறவான் போன்ற உணர்ச்சிகரங்களை எல்லாம் தாண்டி இப்படிச் சொல்வது அதீதமாகத் தோன்றலாம். ஆனால் இக்கணம் என் மதிப்பீடு இதுவே!

சி.சரவணகார்த்திகேயன்
22 ஜூலை, 2024

18. யுவனுடன் சில சொற்கள்

(அக்டோபர் 2019ல் மதுரையில் சிற்றில் குழுமமும் அமெரிக்கன் கல்லூரி தமிழ் உயராய்வு மையமும் இணைந்து யுவன் சந்திரசேகரின் புனைவுலகை முன்வைத்து 'சொற்களின் பகடையாட்டம்' என்ற பெயரில் முழு நாள் கருத்தரங்கை நடத்தின. அதில் யுவனோடு ஓர் உரையாடலை நிகழ்த்தும் / வாசக உரையாடலை ஒருங்கிணைக்கும் பொறுப்பு எனக்கு அளிக்கப்பட்டிருந்தது. அதற்குத் தயாரித்துப் போனவை இவை.)

அனைவருக்கும் மாலை வணக்கம்.

முதலில் ஒரு விஷயத்தைச் சொல்லி விடுகிறேன். நான்கைந்து ஆண்டுகள் முன் தமிழ் மின்னிதழுக்காக யுவன் சந்திரசேகர் அவர்களை ஒரு நீண்ட நேர்காணல் செய்தேன். புத்தகமாக்கினால் சுமார் 100 பக்கங்கள் வரக்கூடும். (ஆகிக் கொண்டிருக்கிறது.) ஒருவேளை அதன் அடிப்படையிலேயே அவரது பெரும்பான்மைப் படைப்புகளை வாசித்தவன் என்கிற அடிப்படையில் என்னை இந்த உரையாடலையும் ஒருங்கிணைக்க இந்த நிகழ்வு அமைப்பினர் தேர்ந்தெடுத்திருக்கக்கூடும். ஆனால் அதில் இரண்டு பிரச்சனைகள் இருக்கின்றன. ஒன்று கேட்க வேண்டியவற்றை எல்லாம் அப்போதே கேட்டு விட்டேனோ எனத் தோன்றுகிறது. அதனால் நல்ல கேள்விகளுக்குப் பஞ்சம்.

இங்கே இருக்கும் வாசகர்கள் எனக்கு உதவுவார்கள் என நினைக்கிறேன். அடுத்த சிக்கல் எழுத்தாளர்களுடனான என் உரையாடல்கள் பெரும்பாலும் வாசகனாக மட்டுமின்றி கற்றுக்குட்டி எழுத்தாளன் என்ற வகையிலும் அமைந்து விடுகிறது. முன்னோர்களிடமும் முன்னேர்களிடமும் ஏதாவது பயின்று விட மாட்டாமா என்ற தவிப்பு அதில் இருக்கும். இன்றைய உரையாடலிலும் அப்படி இருந்தால் நண்பர்கள் பொறுத்தருள வேண்டும்.

அடுத்தது கேள்விகளை முன்கூட்டி அனுப்ப வேண்டுமா என யுவனிடம் கேட்டேன். எனக்கு அதில் வேறு அபிப்பிராயம் இருந்தது. ஆனால் அவர் விருப்பபடி செயல்படத் தீர்மானித்தேன். அவர் அதெல்லாம் வேண்டாம் எனச் சொல்லி விட்டார். ஆக, உங்களைப் போலவே அவரும் இப்போதுதான் இக்கேள்விகளை எதிர்கொள்கிறார்.

இவற்றில் எத்தனை கேள்விகளைக் கேட்க வாய்ப்புக் கிட்டும் எனத் தெரியவில்லை. வாசகர்கள் கேள்விக்கு இடையே சிலவற்றிற்கு வாய்ப்பிருக்கும் என நினைக்கிறேன்.

வணக்கம் யுவன்!

1. தொகுக்கப்பட்டிருக்கும் உங்கள் புனைவுகளை மட்டும் கணக்கில் கொண்டால் நீங்கள் புனைவு எழுதத் தொடங்கி சுமார் 20 ஆண்டுகள் ஆகிறது. 7 நாவல், 6 சிறுகதைத் தொகுதி, 1 குறுங்கதைத் தொகுப்பு, 2 நாவல்கள் மொழிபெயர்ப்பு. இவை போக, இப்போது எழுதிக் கொண்டிருக்கும் நூல்கள். ஆண்டுக்கு ஒரு நூல் வருகிறது சராசரியாக. முழு நேர எழுத்தாளராக அல்லாத ஒருவருக்கு தமிழ்ச் சூழலில் இந்த எண்ணிக்கை பெரியது என நினைக்கிறேன். எப்படி இந்த வால்யூம் சாத்தியப்பட்டது? திரும்பிப் பார்க்கும் போது இது நிறைவளிக்கிறதா?

2. உங்கள் புனைவுகள் மெல்லிய ஆணாதிக்கச் சாயை கொண்டவை என்ற புகாரோ பாராட்டோ வந்திருக்கிறதா? வந்தால் உங்கள் பதில் என்ன?

3. சில பேர் எழுதுவது தவம் என்பார்கள், இன்னும் சிலர் பிரசவ வலி என்பார்கள், இன்னும் மோசமாகச் சொல்வார்கள்.

வாதை என எனக்குத் தோன்றியதுண்டு. உங்களுக்கு எழுத்து எப்படி? எழுதுவதை நீங்கள் சுகமாக அனுபவிக்கிறீர்களா?

4. *இந்நிகழ்ச்சிக்காக உங்களின் சில புனைவுகளை மேலோட்டமாய் மறுவாசிப்பு செய்த போது அவை பெரும்பாலும் சம்பவங்களாலும், நினைவுகளாலும், உரையாடல்களாலும் மனவோட்டங்களாலும் ஆனவையாகத் தெரிந்தன. அவற்றில் காட்சி மற்றும் சூழல் வர்ணனைகள் பெரும்பாலும் இல்லை. அது ஆச்சரியம் அளித்தது. அது ஒரு குறையில்லை, ஏனெனில் இரண்டாம் வாசிப்பில்தான் எனக்கு அது மட்டுப்படவே செய்திருக்கிறது. முதலில் என் அவதானிப்பு சரியா? எனில் ஏன் அந்த முறையைப் பயன்படுத்துகிறீர்கள்?*

5. *உங்கள் புனைவுகள் கண்டிப்பான சுவாரஸ்யம் கொண்டவை. Strictly interesting. சமகாலப் புனைவுலகில் வாசிப்பின்பத்துக்கு முதன்மை உதாரணம் என்பேன். Attention to details என்று சொல்வார்களே, அப்படிக் கூர்மையான கவனிப்பின் வழியாக வந்தடையும் பகடியான அவதானிப்புகள் தாம் அவற்றிற்குக் காரணம் என்று தோன்றுகிறது. இதில் பகடி ஒரு படைப்பாளிக்குப் பரிச்சயமான ஒன்றுதான். ஆனால் அந்தக் கவனம் உங்கள் வங்கிப் பணி அளித்த கொடையா?*

6. *உங்கள் புனைவெழுத்தில் பிரிக்க முடியாத அம்சங்கள் எனப் பார்த்தால் அமானுஷ்யம், காமம், மரணம் இந்த மூன்றையும் சொல்லலாம். (இதில் அமானுஷ்யத்தை நீங்கள் மாற்று மெய்மை என்று குறிப்பிடுகிறீர்கள்.) இந்த முக்கோணம் பற்றி, அவை இணையும் தத்துவப் புள்ளி பற்றிச் சொல்லுங்கள்.*

7. *உங்களது கணிசமான படைப்புகளை வழமையான புனைவுச் சட்டகத்துக்கு வெளியேதான் எழுதியிருக்கிறீர்கள். உதாரணமாய் நேர்காணல் வடிவிலான நாவல், பயண அனுபவங்கள் வடிவிலான நாவல், சிறுகதைகளில் இன்னும் ஏராளமான பரிசோதனைகள். தமிழில் தொடர்ச்சியாய் எழுதுபவர்களில் இப்படி வடிவரீதியிலான பரிசோதனைகள் அதிகம் செய்தது நீங்கள்தான் என நினைக்கிறேன். ஒரு கதைக்கான வடிவை எப்படித் தீர்மானிக்கிறீர்கள்? நீங்கள் எழுதியவற்றுள் ஏதேனும் படைப்பை அப்படியல்லாமல் இன்னும் பொருத்தம் கொண்ட வேறொரு வடிவில் எழுதியிருக்கலாம் எனத் தோன்றியதுண்டா?*

8. *கானல் நதி, நினைவுதிர் காலம் என இரு நாவல்கள் இசைக் கலைஞர்களின் வாழ்வு சார்ந்து எழுதியிருக்கிறீர்கள். இருவருமே ஹிந்துஸ்தானி இசைக் கலைஞர்கள் என்பது தவிர முற்றுலும் வேறுபட்ட வாழ்வுகள். ஹரிசங்கர் தீட்சித், ஒரே கச்சேரி செய்த தனஞ்சய் முகர்ஜி இருவரில் யாருடைய இசை உங்களுக்கு அதிகம் பிடிக்கும்? நாவல்களின் அதற்கான தடயங்கள் உண்டா?*

9. *குதிரை வேட்டை, பொம்மை அறை ஆகிய இரு நாவல்களை மொழிபெயர்ப்பு செய்திருக்கிறீர்கள். இப்போது ஒரு தைவானிய நாவலைப் பெயர்க்கிறீர்கள். பதிப்பகம் சிபாரிசு செய்து அவற்றை நீங்கள் பெயர்ப்பதாகத் தோன்றவில்லை. நீங்கள் மொழிபெயர்க்கும் படைப்பை எதனடிப்படையில் தேர்ந்தெடுக்கிறீர்கள்?*

10. *சமகால எழுத்தாளர்களில் உங்கள் மொழி ஆச்சரியகரமானது. இரு விதங்களில். ஒன்று அதன் சரளம். ஒரு தேர்ந்த வாசகன் தங்குதடையின்றி வாசிக்க முடிகிற வழுக்கும் நடை. அடுத்து அதன் துல்லியத்தன்மை. கடித வடிவம், நேர்காணல் வடிவம், விமர்சன வடிவம், வட்டார வழக்கு, கிரந்த வடிவம், நாடோடி வழக்கு, மொழிபெயர்ப்பு வடிவம் என எதுவாகினும் அப்படியே கொண்டு வருவது. புனைவுக்கு ஓர் நம்பகத்தன்மையை அளிக்கிறது என்பது உண்மையே. ஆனால் சமயங்களில் வாசக மனம் புனைவின் மையத்தை விடுத்து இந்த வடிவத்தின் வசீகரத்திலேயே லயித்து விடுவதும் நடக்கிறது. அதாவது ஓவர்டோஸ் போல். திரைப்படங்களில் சில சமயம் பின்னணி இசை சிறப்பாக அமைந்து துருத்திக் கொண்டிருப்பதாய்த் தோன்றுவது போல். நீங்கள் என்ன நினைக்கிறீர்கள்?*

11. *மனதில் எழுவதை அப்படியே எழுத விரும்புவதாக தமிழ் மின்னிதழ் பேட்டியின் ஓரிடத்தில் சொல்லி இருந்தீர்கள். இன்று தமிழில் படைப்புச் சுதந்திரம் எந்தளவுக்கு இருக்கிறது என நினைக்கிறீர்கள்? சமீப ஆண்டுகளில் ப்ரக்ஞைப்பூர்வத் தணிக்கை ஏதும் எழுத்தில் புதிதாய் அவசியப்படுகிறதா?*

12. *உங்கள் மொழியில் இன்னொரு விஷயம் பேராசிரியரின் கறார்தன்மையுடன் நிகழும் பிழையின்மை. உங்கள்*

படைப்புகளில் எழுத்துப் பிழை, இலக்கணப் பிழை என அறவே கண்ட நினைவில்லை. அதன் பின்னிருக்கும் எத்தனம் பற்றிச் சொல்லுங்கள். நான் வாசித்த வரை தமிழில் இப்படி எழுதும் இன்னும் இருவர் பெருமாள்முருகன் மற்றும் பா. ராகவன். இன்றைய தேதியில் இது அரிது என்பதாலும் இங்கே இருக்கும் நிறையப் பேர் எழுதவும் செய்கிறார்கள் என்பதாலும் அவர்களுக்கு விழிப்புணர்வூட்ட, உதவக்கூடுமென நினைக்கிறேன்.

13. எழுத்தில் நிலவும் விஷயங்களைப் பிரதி செய்தல், அதன் வழி பகடி செய்தல் என்பதைத் தொடர்ந்து செய்து வருகிறீர்கள் என்பதைக் கவனிக்கிறேன். 1999ன் சிறந்த கதை உள்ளிட்ட பல கதைகளை இதற்கு உதாரணமாகச் சொல்லலாம். கவிதைக்கு நீங்கள் வைத்துக் கொண்ட எம். யுவன் என்ற புனைப்பெயரின் இனிஷியல் கூட அப்படியான ஒன்றுதான் எனத் தோன்றுகிறது. உங்களுக்குப் பிறகு தமிழில் பேயோன் இதைச் செய்திருக்கிறார். இம்மாதிரி முயற்சிகளின் பின்னிருக்கும் உங்கள் ஆர்வத்தையும் உவகையையும் பற்றிச் சொல்லுங்கள்.

14. இசை உள்ளிட்ட நிகழ்த்துகலைகள் பற்றி விமர்சனக் கட்டுரைகள் எழுதுவதில் ஆர்வமும் நம்பிக்கையும் இல்லை, அது ரசனைக்கே எதிரானதாக அமையும் என்ற பொருளில் நினைவுதிர் காலம் நாவலின் பின்னுரையில் சொல்லி இருந்தீர்கள். படைப்பிலக்கியத்துக்கும் அது பொருந்துமென நினைக்கிறீர்களா? நீங்கள் கூட மிக அரிதாகவே இலக்கிய அபிப்பிராயம் சொல்லி இருக்கிறீர்கள்.

15. உங்கள் நண்பர் தண்டபாணி பற்றி. இஸ்மாயிலாகவும் சுகவனமாகவும் அவர் உங்கள் படைப்புகளில் வந்து கொண்டே இருக்கிறார். உங்கள் புனைவுலகுக்கு எங்கனம் அவர் தூண்டுகோலாகவோ திசைதிருத்தியாகவோ இருக்கிறார்?

16. உங்களைத் தவிர, ஜெயமோகனைத் தவிர உங்களுக்குப் பிடித்த உங்கள் தலைமுறை எழுத்தாளர் யார்? ஏன்? இளைஞர்களில் பிடித்தவர் யார்?

17. உங்கள் அடுத்த நாவலான வேதாளம் சொன்ன கதை பற்றிச் சொல்லுங்கள்.

18. அப்போதே கேட்ட கேள்வி. நீங்கள் பதில் சொல்லாத கேள்வி. இம்முறையும் கேட்டுப் பார்க்கலாம் என நினைக்கிறேன். உங்கள் படைப்புகளில் உங்களுக்கு மிகப் பிடித்த ஒன்றைச் சொல்ல வேண்டுமெனில் எதைச் சொல்வீர்கள்?

ஃபேஸ்புக் / ட்விட்டர் வழி வந்த கேள்விகள்:

1. (இது உங்கள் படைப்புலகு சார்ந்து அல்லாமல் ஒரு பொதுவான கேள்வி. காமராஜ் ராதாகிருஷ்ணன் என்பவர் கேட்டிருக்கிறார்.) இலக்கிய வாசிப்பு நமது அகத்தை மறுகட்டமைப்பு செய்கிறது என்பதை மறுக்க முடியாது. அதன் பலன் புறப் பண்புகளில் எத்தனை ஆதிக்கம் செலுத்துகிறது என நினைக்கிறீர்கள்?

2. (இதை ஒட்டி எனக்கு எழும் கேள்வி ஒன்று. எழுத்தாளன் ஒரு மகத்தான சல்லிப்பயல் என நேற்றுத்தான் தோன்றியது. எழுதுகிறவர்கள் சாதாரணர்களை விடவும் ஒப்பீட்டளவில் அதிகம் அறம் பிறழந்தவர்களாக இருப்பதாக சமீப அனுபவங்களில் அவதானிக்கிறேன். உங்களுக்கு அப்படித் தோன்றியதுண்டா?)

3. (ராயல் என்ஃபீல்ட் புத்தா என்பவர் கேட்டிருக்கிறார்) ஆன்மீகம், அமானுஷ்யம், கவிதையிழையோடும் எழுத்து, புதிய வாசகனை திகைக்க வைக்கும் நீர்ப் பறவைகளின் தியானத்திலுள்ள கதைகள் எந்த வகை வாசகர்களுக்கானது?

4. (கவிஞர் நந்தா குமாரன் கேட்டிருப்பது. ஆனால் புனைவு சம்மந்தமானதில்லை.) உங்களின் தோற்றப் பிழை கவிதைத் தொகுப்பில் இருக்கும் தோற்றப் பிழையை நீங்கள் அறிந்தேதான் நிகழ்த்தினீர்களா - முன்னுரையும் சரி க்விதையும் சரி மிக அபாரம் - கவிதைக்கு தத்துவத் தோற்றம் அவசியமா?

(நேரம் காரணமாக இவற்றில் சில கேள்விகளை மட்டுமே கேட்க முடிந்தது. அது நல்ல உரையாடலாகவே அமைந்தது: https://www.youtube.com/watch?v=6BbKGmqyneI)

(அக்டோபர் 19, 2019)

19. போர் – அக்கப்போர்

ஆணைக் கருவில் கொல்வது என்ற நவீனப் பெண்ணிய யுக்தியை முன்வைத்துள்ளார் கவிஞர் மாலதி மைத்ரி. அவர் இருபதாண்டுகளாக மாறவே இல்லை எனத் தெரிகிறது.

2002-2003 வாக்கில் சுஜாதா பெண் புனைப்பெயரில் எழுதுவதை முன்னிட்டு தீராநதி இதழில் அவரைத் திட்டி நேர்காணல் கொடுத்தார் மாலதி. அதாவது பெண் பெயரை ஏன் இப்படிச் ஓர் ஆண் சுரண்ட வேண்டும் என்பது மாதிரி பெண்ணிய அடிப்படையிலான கொந்தளிப்பு அது. நான் அப்போது உணர்ச்சிவயத்தில் அவரை மறுத்து அவ்விதழின் முகவரிக்கு கைப்பட ஒரு கடிதம் எழுதி, பிறகு கொஞ்சம் பயத்தோடு அனுப்பாமல் விட்டேன். அன்று நான் கல்லூரி முதலாண்டு மாணவன் - சுஜாதாவின் தீவிர விசுவாசி.

பெண்ணியத்தில் கணிசமானவை அபத்தக் களஞ்சியம் என்று நான் இன்று வந்து சேர்ந்திருப்பதன் தொடக்கப் புள்ளி அவராக இருக்கலாம் எனத் தோன்றுகிறது.

(கடிதத்தின் சாரம்: ஏதோ சுஜாதா மாதிரி சிலர் இருப்பதால்தான் பெண்களுக்குப் பெயரிலளவிலாவது படைப்புகள் வருகின்றன. அதையும் ஏன் கெடுக்கிறீர்கள்?)

(ஃபிப்ரவரி 20, 2017)

★

சுஜாதா என்ற பிராமணர் பெயரிலான விருதை பகுத்தறிவை முன்வைக்கும் உயிர்மை எப்படிக் கொடுக்கலாம் என கவிஞர் மாலதி மைத்ரி கேள்வி எழுப்பி இருக்கிறார்.

சுஜாதா தன் இறுதி ஆண்டுகளில் முந்தைய காலத்தை விட கூடுதலாகத் தன்னை ஒரு வைஷ்ணவராக உணர்ந்தார் என்பது உண்மையே. அதை வெளிப்படுத்தவும் செய்தார். பிராமணர் சங்க விழாவில் பங்கெடுத்ததும் நடந்தது. அது வயோதிகத்தின் நெகிழ்வு. ஆனால் அவரது எழுத்தில் எப்போதேனும் பிராமணியத்தையோ சாதிய வன்மத்தையோ வெளிப்படுத்தியதைச் சுட்ட முடியுமா? இன்னும் சொல்லப் போனால் அசோகமித்திரன் பிராமணர்கள் ஒடுக்கப்படுவதாக ஆதங்கப்பட்டதைப் போல் கூட சுஜாதா எழுதியவர் இல்லை. பிறகேன் அவரைப் பிராமண அடையாளத்துள் போட்டு அடைக்க வேண்டும்?

காலச்சுவடு பதிப்பகத்தில் தலித் எழுத்தாளர்கள் எழுதுவதை ஒருவர் சுட்டியதற்குப் பதிலாக "ஊடகங்கள், பதிப்பகங்கள் பெரும்பாலும் பார்ப்பனர் நடத்தும் பார்ப்பன சார்போடுதான் இயங்குகின்றன. அதில் குறைந்தபட்ச அறத்தோடு இயங்கும் வெளியை நாம் பயன்படுத்தலாம். ஆனால் அவர்களின் அரசியலுக்கு பலியாடுகளாக மாறக்கூடாது." என்கிறார். அது நிச்சயம் ஏற்கத்தக்க, சரியான கருத்துதான்.

ஆக, நிறுவனத்தை நடத்துபவர் பிராமணராக இருப்பதோ, விருதின் பெயரில் பிராமணர் இருப்பதோ பிரச்சனை அல்ல; மாறாக அவர்கள் அதில் பிராமணியத்தைத் தூக்கிப் பிடிக்கிறார்களா என்பதே முக்கியமானது. அத்தெளிவுள்ளவர் பிராமணர் பெயரிலான விருது என்ற சவலைக் குற்றாச்சாட்டை சுஜாதா விருது மீது வைக்க அவசியமில்லையே!

உயிர்மை சுஜாதா விருதுகளுக்குக் கண்மூடித்தனமாகக் கைத்தட்ட வேண்டும் என்று நான் சொல்லவில்லை. உலகில் எல்லா விஷயங்களுமே விமர்சனத்துக்கும் மறுஆய்வுக்கும் உட்பட்டவையே. எப்போதும் எதுவுமே புனிதம் இல்லை. ஆனால் எதிர்வினையாய் எதையாவது சொல்ல வேண்டும் என்று போகிற போக்கில் அடித்து விடுவதை நல்ல படைப்பாளிகள் கூடச் செய்வதுதான் ஆதங்கம் அளிக்கிறது.

(ஏப்ரல் 27, 2017)

நேற்றரவு 8 மணி போல் விகடன் தளம் செய்தி வெளியிட்டிருந்தது. ஆனால் சாஹித்ய அகாதமி அதிகாரப்பூர்வத் தளத்திலோ, ஆங்கில ஊடகங்களிலோ (இந்தியன் எக்ஸ்ப்ரஸ் தவிர), பெருமாள்முருகனின் ஃபேஸ்புக் பக்கத்திலோ இதுவரை ஏதும் செய்தி இல்லை. மாதொருபாகனின் ஆங்கிலப் பெயர்ப்பான *One Part Woman*க்கு மொழிபெயர்ப்புக்கான சாஹித்ய அகாதமி என்கிறார்கள். இன்று பிற்பகல் அதிகாரப்பூர்வ அறிவிப்பு வருமோ என்னவோ! (சென்ற ஃபிப்ரவரியில் மொழிபெயர்ப்புக்கான சாஹித்ய அகாதமி விருது அறிவிக்கப்பட்ட போது ஆங்கிலத்துக்கும் மலையாளத்துக்கும் அறிவிக்கப்படவில்லை.)

மூல ஆசிரியருக்கும் மொழிபெயர்ப்பாளருக்கும் வாழ்த்துக்கள். தமிழில் ஒரு நாவல் சாஹித்ய அகாதமி வாங்குவதை விட ஆங்கிலப் பெயர்ப்பில் வாங்குவது பேரங்கீகாரம் என நினைக்கிறேன். காரணம் எல்லா இந்திய மொழியிலிருந்தும் சிறந்த படைப்புகள் ஆங்கிலத்துக்குப் போகும். எனவே போட்டி மிக அதிகம். அவ்வகையில் ஆங்கில மொழிபெயர்ப்புக்கான சாஹித்ய அகாதமி என்பது ஒரு குட்டி ஞானபீடம்தான்.

இது மதவாதத்துக்கும், சாதியவாதத்துக்கும் எதிரான அகாதமியின் உரத்த குரல். 2017ம் ஆண்டின் தமிழ் சாஹித்ய அகாதமி கருத்துச் சுதந்திர ஒடுக்குமுறையைப் பதிவு செய்த பெருமாள்முருகனின் கோழையின் பாடல்கள் நூலுக்கு வழங்கப்பட வேண்டும்.

(ஏப்ரல் 19, 2017)

★

என் புரிதல் மனுஷ்ய புத்திரன் 'ஊழியின் நடனம்' கவிதையில் 'தேவி' என்று இந்தியச் சமூகத்தின் ஒட்டுமொத்த பெண்களைத்தான் குறிப்பிடுகிறார். தெய்வம் வரவில்லை.

அக்கவிதையில் அவரது கோணம் அபாரமானது. நீதிமன்றம் சபரிமலையில் பெண்களை அனுமதிக்க உத்தரவிட்டதால் ஐயப்பனின் கோபத்திற்கு கேரளம் ஆளாகி விட்டது என்று எல்லோரும் சொல்லிக் கொண்டிருக்க, மனுஷ்ய புத்திரன் அதற்கு நேர் மாறாய் அப்பிரச்சனையைப் பெண்கள் என்ற கோணத்திலிருந்து அணுகுகிறார்.

எனில் பெண்களின் மாத விடாய்க் குருதிக்கு இத்தனை அழிவுகளை உண்டாக்கும் சக்தி இருக்கிறதா எனக் கேள்வி எழுப்புகிறார். குருதி அசுத்தம் என்று சொன்னவர்களுக்குப் பதிலீடாய் எனில் குருதிதான் வெள்ளத்தின் ரூபத்தில் அத்தனை அசுத்தத்தையும் சுத்தப்படுத்துகிறதா என்கிறார். அந்தக் கவிதையின் உச்சத் தருணம் அது. அடுத்து, அப்படி எனில் இவ்வளவு சுத்தம் ஆகாதெமக்கு, போதும் என்று அமைதி கொள்ளச் சொல்கிறார். மனிதனின் அற்பத்தனத்தை மன்னிக்கச் சொல்லி இயற்கையை நோக்கி கைகூப்புகிறார்.!இது உண்மையில் பெண்ணியத்தை முன்வைக்கும் பெருங்கவிதை!

'தேவி' என்று இருந்தாலே அது இறைவியைக் குறிக்கிறது என்று எடுத்துக் கொள்வது எல்கேஜித்தனம். பெண்களைக் கடவுளாய் வைத்துப் பார்க்கும் இந்து மதச் சாரத்தைக் குறிக்க அவர் அச்சொல்லைப் பயன்படுத்துகிறார். அதன் வழி இதுதான் நீங்கள் பெண்களைக் கடவுளாய்ப் பாவிக்கும் லட்சணமா என்று subtle ஆகப் பகடி செய்கிறார். அது தெய்வத்தை நிந்திப்பதல்ல; மதவெறி முட்டாள்களைக் கேள்வி கேட்பதுதான். இது எதுவும் மண்டையில் ஏறாத மண்டூகங்களைக் கவிதை படிக்கச் சொல்லி யார் அழுதது?

(ஆகஸ்ட் 22, 2018)

★

"நவீனத் தமிழிலக்கியத்தின் சாதனையாளர்கள் யாருமே பிராமணர்கள் அல்ல. அவர்கள் இரண்டாம் நிலையில் இடம் பெறக் கூடியவர்களே" என கோகுல் பிரசாத் சொல்கிறார்.

இது ஓர் அறைகூவல்தான். தமிழ் இலக்கியச் சூழல் இதைக் கேலியாகவோ வசையின் மூலமோ கடக்காமல் தீவிரமாக எடுத்துக் கொண்டு விவாதிக்க முன்வர வேண்டும். இக்கருத்துடன் நான் (முழுக்க) உடன்படவில்லை. குறைந்தது சுந்தர ராமசமியும், அசோகமித்திரனும் முதன்மை எழுத்தாளர்கள் என்கிற பட்டியலில்தான் வருவார்கள்.

என் வரைபடத்தில் நவீனத் தமிழிலக்கியப் பரப்பில் பிராமணர்கள், அபிராமணர்கள் இரு தரப்புமே ஏறத்தாழச் சமானமாகத்தான் பங்களித்திருக்கிறார்கள். இரண்டிலும் உச்சங்கள் உண்டு, இரண்டாம்

நிலைகள் உண்டு, நடுத்தரங்கள் உண்டு, குப்பைகளும் உண்டு. (இங்கு பிராமணர் என்று சொல்வது பிறப்பால் பிராமணராக இருப்பவர்களை.)

பிராமணர்களான திஜா, ஆதவன், இபாவை இரண்டாம் நிலையில் வைக்கலாம். அந்தப் பக்கமும் புதுமைப் பித்தன், ஜெயகாந்தன் முதலனோர் இவ்வகையில் வருவார்கள்.

சுஜாதாவை வெகுஜன எழுத்தாளர் என்ற பிரிவில்தான் வைக்க முடியும் என்பதால் இதில் கொண்டு வர வேண்டியதில்லை. அவ்வகையில் தமிழின் மிக உச்சமான வெகுஜன எழுத்தாளர் சந்தேகமின்றி ஒரு பிராமணர்தான். பிராமண அழகியல் என்று சொல்லப்படுவது அவரது ஏராளக் கதைகளில் துண்டு துண்டாக வெளிப்பட்டிருக்கிறது.

(செப்டெம்பர் 4, 2020)

★

லக்ஷ்மி மணிவண்ணன் எழுத்தாளர்கள் எல்லாம் அரசியல் அடையாளத்தை வெளியே காட்டி ஆச்சாரத்தையே கெடுத்து விட்டார்கள் எனப் புலம்பியிருக்கிறார்.

அவரது அதிர்ச்சியும் ஆதங்கமும் அழுகையும் நியாயம்தான். அவர் எதிர்பார்ப்பது போல் தமிழ் எழுத்தாளர்கள் பொதுவாய் ஆண் குறி மாதிரி தம்முடைய அரசியல் நிலைப்பாட்டைப் பரமரகசியமாகவே வைத்திருப்பார்கள். அப்படியானவர்களே இம்முறை நெஞ்சு பொறுக்காமல் பரவலாய் வெளியே வந்திருக்கிறார்கள் எனில் நிலைமை எவ்வளவு மோசமாகக் கைமீறிப் போய் விட்டது என உடம்பெங்கும் இந்துத்துவ மூளை கொண்ட கவிஞர் லக்ஷ்மியார் புரிந்து கொள்ள வேண்டும்.

(ஏப்ரல் 5, 2021)

★

மாலன் விருது பெற்றதற்கு அவர் பிராமணர் என எண்ணிக் கொண்டு திட்டுகிறார்கள் என வருத்தப்பட்டு எழுதுகிறார்கள். அது ஒரு துல்லியமான அவதானிப்பு அல்ல.

பிறகு ஏன் மாலன் விமர்சிக்கப்படுகிறார்? என் புரிதலில் இரு

முக்கியக் காரணங்கள்:

1) அவர் கடந்த சில ஆண்டுகளாக நடுநிலைப் பத்திரிக்கையாளர் என்ற அடையாளத்தில் ஒரு பாஜக உறுப்பினரை விட அதிக விசுவாசமாக பாஜகவுக்கு ஆதரவாக அவருக்குச் சாத்தியமான சகல ஊடகங்களிலும் களமாடினார். அதனால் முற்போக்கு / இடதுசாரி / திராவிட / தலித் தரப்பில் ஒரு தீவிரச் சங்கி என்றே பார்க்கப்படுகிறார். அதை மறுக்க முடியாது. அவருக்கு தமிழ்ச் சூழலில் ஒரு விருது வரும் போது அதற்கான அவரது தகுதி தாண்டி அவர் மீதான எதிர்மறை எண்ணம் அவரை விமர்சிக்க வைக்கிறது. தவிர அவரது அரசியல் சேவைக்குக் கிட்டும் வெகுமதி என்றும் பரவலான எண்ணம் எழுவதையும் தவிர்க்க முடியாது.

2) அவர் தமிழ் சாஹித்ய அகாதமியுடன் கடந்த சில ஆண்டுகளாகவே நெருங்கிய தொடர்பில் இருக்கிறார் - அதிகாரப்பூர்வமாகவும் அப்படி இல்லாமலும். விருதுகள் அறிவிக்கப்படும் முன் அவரது கை அதில் இருப்பதான வதந்திகள் எழுத்தாளர்கள் மத்தியில் வெளிப்படையாகப் பொதுவெளியில் கூட எழுதப்பட்டிருக்கின்றன. அதனால் அவர் விருதைப் பெறுவது விநோதமாக இருந்தது. அதனால் அவர் தன் செல்வாக்கைப் பயன்படுத்தி வாங்கி இருக்கலாம் என்ற எண்ணம் எழுவது இயல்பு.

மற்றபடி சந்தர்ப்ப சாட்சியங்களால் அவர் ஒரு பிராமணர் என்ற புரிதல் பரவலாக இங்கே இருக்கிறதுதான். ஆனால் அது அவர் இன்று தூற்றப்படக் காரணம் அல்ல. சரி, இருக்கட்டும் என அதையும் சேர்த்துக் கொள்கிறார்கள்.

(ஜூன் 24, 2022)

★

ஜெயமோகன் முதலான தீவிர இலக்கியவாதிகள் சினிமாவுக்கு வசனம் எழுதுகிறார்கள். மனுஷ்ய புத்திரன் உள்ளிட்ட நவீனக் கவிஞர்கள் சினிமாவிற்குப் பாடல் எழுதுகிறார்கள். அப்படியிருக்க கர்நாடக இசைக் கச்சேரிக்கு பெருமாள் முருகன் போன்ற ஒரு நவீன எழுத்தாளர் கீர்த்தனைகள் எழுதுவதில் என்ன குறைகிறது? அதுவும் மிக முற்போக்கான சமூக, அரசியல் கருத்துக்கள் கொண்ட, தான் சார்ந்த சங்கீதத் துறையிலும் அதை அமல்படுத்த முனையும்

டிஎம் கிருஷ்ணா போன்ற ஒரு கலைஞருக்கு எழுதுகிறார்.

பெருமாள் முருகன் எழுதி டிஎம் கிருஷ்ணா கர்நாடக இசையில் பாடிய 'சிந்திக்கச் சொன்னவர் பெரியார்' என்ற பாடல் வெளியாகியிருக்கிறது. எவரிடமும் தலை வணங்காத தியாகராஜர் பாடிய கர்நாடக சங்கீதத்தில் தனிமனிதத் துதியைப் பாடுவதா, ஐயகோ! என்ற புலம்பல் அங்காங்கே கேட்கிறது. தியாகராஜர் அப்படிச் செய்ததால் எல்லோரும் அப்படித்தான் செய்ய வேண்டுமா என்ன! இங்கே இரண்டு விஷயங்களை நினைவில் கொள்ள வேண்டும். ஒன்று எவனும் எந்தக் கலை வடிவிற்கும் *single authority* இல்லை. அடுத்து மனிதனின் கற்பனைச் சுதந்திரத்துக்கு எல்லையே இல்லை. உன் கலை அவ்வளவு புனிதம் என்றால் அதை வீட்டுக்குள் பூட்டி வை அல்லது எம் பரிசோதனைகளைக் கேளாமல் காதைப் பொத்திக் கொள். ஒரு விஷயம் வீதிக்கு வந்த பின் எவரும் ஏதும் செய்து பார்க்கலாம். ஆனானப்பட்ட கடவுளையே நொறுக்கிய பாரம்பரியம் கொண்ட மண் இது - கர்நாடக இசையெல்லாம் எம்மாத்திரம்!

(மார்ச் 22, 2024)

20. தீவிரத்துவம்

‘குஜராத் 2002 கலவரம்’ நான் எழுதிய அபுனைவு நூல்களுள் மிக முக்கியமானதும், நீண்ட தயாரிப்பையும், அசுர உழைப்பையும் கோரிய படைப்பாகும். என் புத்தகங்களில் அதிகம் விற்றதும் அதுவே. (2014 சென்னைப் புத்தகக் காட்சியில் கிழக்கில் அதிகம் விற்ற 10 நூல்களில் அதுவும் ஒன்று.) நரேந்திர மோடி பாஜகவின் பிரதமர் வேட்பாளராக அறிவிக்கப்பட்ட அடுத்த நாள் அதை எழுத விரும்புவதாக கிழக்கில் பேசினேன் என்றாலும் அச்சம்பவம் அந்நூலுக்கான உடனடி உந்துதல் மட்டுமே. அந்த நூல் பற்றிய எண்ணம் பத்தாண்டுகளுக்கும் மேலாக என் மனதில் ஓர் உறுத்தலாக இருந்து வந்தது.

மின்னஞ்சல், ஆர்குட் தாண்டி இணையப் பரிச்சயம் அவ்வளவாய் இல்லாத 2000ங்களின் தொடக்கத்தில் ஈரோட்டில் பெரிய மாரியம்மன் கோவிலருகே போட்டிருந்த நியூ செஞ்சுரி புக் ஹவுஸின் புத்தகக் கண்காட்சியில்தான் அ. மார்க்ஸ் எழுதிய ’குஜராத் 2002: அர்த்தங்களும் உள்ளர்த்தங்களும்’ நூலை வாங்கினேன். (அப்போது காலச்சுவடு அல்லது உயிர்மை அல்லது தீராநதியில் வந்த ஒரு விமர்சனக் குறிப்பின் வழி இந்த நூல் பற்றி அறிந்திருந்தேன்.) அதுதான் இத்தலைப்பில் எனக்கு ஆர்வம் வர முதல் விதை. இரண்டாவது மிக முக்கியத் தரவு தெகல்ஹா இதழ் செய்த ரகசியப் புலனாய்வு (Sting operation). அதையும் அ.

மார்க்ஸ்தான் முதலில் தமிழில் மொழிபெயர்த்து வெளியிட்டார். (பின் அ.முத்துகிருஷ்ணன் மொழிபெயர்ப்பில் உயிர்மையும் இதை வெளியிட்டது.) அதன் பிறகு குஜராத் கலவரங்கள் பற்றி நிறைய வாசித்து விட்டேன். அந்நிகழ்வுகளைப் பின்புலமாக வைத்து ஒரு திரைக்கதை கூட என் மனதில் அப்போது இருந்தது. பிறகு காலத்தின் கட்டாயத்தில் இப்படி ஓர் அரசியல் வரலாற்று நூலாக அது என்னிலிருந்து வெளிவந்தது. அ. மார்க்ஸ் என்ற ஒருவர் இல்லை என்றால் நான் இவ்விஷயத்தில் இவ்வளவு ஆழ அமிழ்ந்திருப்பேனா எனச் சொல்ல முடியவில்லை.

அ. மார்க்ஸ் நான் மதிக்கும் தமிழகச் சிந்தனையாளர்களுள் ஒருவர். சில விஷயங்களில் நிலைப்பாடுகளிலும், அணுகுமுறைகளிலும் கருத்து வேறுபாடுகள் உண்டெனினும் ஒரு கட்டத்தில் என் சிந்தனையைப் பாதித்தவர் என்ற வகையில் கடன்பட்டிருக்கிறேன்.

(அக்டோபர் 4, 2017)

★

2000 முதல் அவரை வாசிக்கிறேன். தரமான இலக்கியவாதி கமர்ஷியலாக வெற்றி ஈட்ட முடியாது என்ற புதுமைப்பித்தன் காலந்தொட்டு நிலவும் மூட நம்பிக்கையை உடைத்த மிகச் சில தமிழ் எழுத்தாளர்களுள் ஒருவர். இன்னொரு வகையிலும் எழுத்தாளர்களுள் தனித்துவமானவர் - பிறர் படைப்புகளை வாசிப்பவர், பிடித்தால் (பிடித்தால் மட்டுமே) பாராட்டுபவர். இன்று எந்த எழுத்தாளன் அதைச் செய்கிறான்? ஒன்று வாசிப்பதில்லை. அல்லது வாசித்ததில் பிடித்ததை வெளியே சொல்வதில்லை (அதிகபட்சம் ரகசியமாய் சாட்டில் / செல்பேசியில் / நேரில் பாராட்டுவார்கள்). அல்லது பதில் மொய் எதிர்பார்த்து பொய்யாய்ப் பிடிக்காததை (சில சமயம் படிக்காததைக்கூட) பாராட்டுவார்கள்.

பாரா என் வாழ்வின் அதிமுக்கியமான மனிதர்களுள் ஒருவர். என் முதல் சிறுகதையை, என் முதல் கவிதைத் தொடரை வெளியிட்டவர். என்னைத் தொடர்ந்து எழுதுவதற்குத் தூண்டுபவர். இப்போது கூட எனக்கு ஒரு ப்ராஜெக்ட் கொடுத்திருக்கிறார். என்னை விட அதிகமாய் என் மீது நம்பிக்கை கொண்டவர். தனிப்பட்ட முறையில இனிமையாகவும் இயல்பாகவும் பழகுபவர்.

எழுத்தின் ஒழுக்கத்தில் எழுத்தாளர்கள் ஆதர்சமாக எடுத்துக் கொள்ளக் கச்சிதமானவர். அவரின் இலக்கிய ஸ்தானம் தாண்டி, என் விளையாட்டுத் தனங்கள் மீறி, என்னை அவர் நண்பனாகப் பாவிப்பது என் போன்ற நாத்திகனின் நல்லூழ். சமீபத்தில் என் ‘கன்னித்தீவு’ நாவலை அவருக்கே சமர்ப்பித்திருந்தேன்.

(அக்டோபர் 8, 2019)

★

தமிழ் மின்னிதழ் இது வரை ஐந்து இதழ்கள் கொண்டு வந்திருக்கிறேன். அவற்றில் ஒரே எழுத்தாளர் பற்றி இரண்டு இதழ்கள் வந்தது பெருமாள் முருகன் அவர்களுக்கு மட்டும்தான். முதலில் அவரை நேர்காணல் செய்ய முனைந்து அப்போது அவர் எழுதுவதை நிறுத்தி இருந்த காரணத்தால் இயலாமல் போய் அதற்கு மாற்றாய் அவர் படைப்புகள் பற்றிய கட்டுரைகளை வாங்கி சிறப்பிதழ் கொண்டு வந்தேன். அடுத்ததாய் அவர் மீண்டும் எழுதத் தொடங்கியதும் அவரை மிக நீண்ட நேர்காணல் செய்து ஓர் இதழ் வெளியிட்டேன். சமகாலத் தமிழின் மிக முக்கியமான எழுத்தாளர். தன்னையே பணயம் வைத்து தமிழ்ச் சூழலில் படைப்பு / கருத்துச் சுதந்திரத்துக்கான சட்டப்பூர்வ அங்கீகரத்தைப் எற்றவர். வன்மத்துடன் அவர் மீது எறியப்பட்ட ஆயுதங்களே இன்று அவருக்கு சர்வதேச அளவில் செல்லும் பாதையை அமைத்துக் கொடுத்திருக்கிறது.

என் அறிதல் மற்றும் புரிதலில் எழுத்துக்கும் வாழ்வுக்குமான இடைவெளி குறைந்தவர்.

(அக்டோபர் 15, 2019)

★

சாரு நிவேதிதா என் ஆரம்ப கால உந்துசக்திகளில் ஒருவர். ஆரம்ப காலம் என்றால் பத்தாண்டுகள் முன். என் உரைநடையில் அவரது செல்வாக்கு சில காலத்துக்கு இருந்தது. பிற்பகலில் அலுவலகத்துக்கு விடுப்பெடுத்து தி.நகர் டெப்போ அருகிலிருந்த எனிஇந்தியன் பதிப்பகத்தில் ராஸலீலா நாவலை வாங்கி, சாப்பிடக் கூடப் போகாமல் இரவு முழுக்க வாசித்திருக்கிறேன். அவரது கோணல் பக்கங்களும் மிகப் பிடிக்கும். தமிழின் சிறந்த 100 புத்தகங்களை எப்போது பட்டியலிட்டாலும் இவ்விரண்டும் இருக்கும்.

அக்கட்டத்தில் அவருக்குத் தொடர்ந்து கடிதங்கள் எழுதினேன். அவற்றைத் தன் தளத்தில் வெளியிட்டு உரையாடி இருக்கிறார். என் முதல் கவிதைத் தொகுதியான பரத்தை கூற்று அவர்தான் வெளியிட்டார். வந்து நல்ல கவிதை இல்லை என்றுதான் சொன்னார். அப்படித்தான் அவர் சொல்ல முடியும் என்று தெரிந்துதான் அழைத்தேன். நிகழ்ச்சி முடிந்த பின் அதை அவரிடம் சொல்லவும் செய்தேன். அவரது தேகம் வெளியீட்டின் போது - காமராஜர் அரங்கம் - அதற்கெனவே பெங்களூரிலிருந்து கிளம்பிச் சென்னை சென்றேன். தேகம் படித்து விட்டு *mediocre* நாவல் என்று நான் விமர்சனம் எழுதிய போது அதை அப்படியே தன் தளத்தில் வெளியிட்டார். ஆச்சரியமாய் இருந்தது. அது ஒரு காலம்!

என் உரைநடையில் அன்று அவரது வலுவான தாக்கம் இருந்தது. (இன்றும் இருக்கலாம்.) சகா: சில குறிப்புகள் தொடர் அவரது பாதிப்பில் எழுதியதே. அவர் தூண்டுதலில் தான் என் முதல் மொழிபெயர்ப்பைச் செய்தேன் (பால் ஸக்கரியா நேர்காணல் ஒன்று). அவரது ராஸலீலா நாவலும், கோணல் பக்கங்கள் கட்டுரைத் தொகுதிகளும் எப்போதும் எனக்கு உவப்பான நூல்கள். பிற்பாடு அவரது எழுத்துக்களில் அத்தனை ஈர்ப்பு ஏற்படவில்லை. அதற்கு என் வாசிப்பு முதிராததோ மாறாததோ கூடக் காரணமாய் இருக்கலாம்தான்.

பிறகு அவரது எக்ஸைல் நாவலுக்கு தமிழ்பேப்பர் மின்னிதழில் ஒரு பகடி விமர்சனம் எழுதினேன். அதை அவர் முன்விரோதம் என்பதாகப் புரிந்து கொண்டு திட்டி எழுதினார். பிறகு ஏதோ தருணத்தில் - நான் அவரைக் கேலி செய்திருக்க வேண்டும் - ஃபேஸ்புக்கில் என்னை ப்ளாக் செய்து விட்டார். நெடுங்காலம் கழித்து இறுதி இரவு நூல் வெளியீட்டில் சந்தித்தோம். தினமலர் பேட்டி ஒன்றில் அந்தத் தொகுப்பை முக்கியமானதாக அவர் சொன்ன நினைவு. அதையொட்டி சென்ற ஆண்டு சென்னை புத்தகக் காட்சியில் அவருக்கு ஆப்பிளுக்கு முன் நாவலைக் கொடுத்தேன். ஸீரோ டிகிரி பப்ளிஷிங் ஸ்டாலில் மௌனங்களினூடே கொஞ்ச நேரம் பேசிக் கொண்டிருந்து விட்டு விடைபெற்றோம்.

(BTW, இன்னும் ஃபேஸ்புக்கில் ப்ளாக் செய்துதான் வைத்திருக்கிறார்.)

(டிசம்பர் 18, 2019)

★

இலக்கியம் மற்றும் சினிமா ரசனையில் ஒரு தேர்ந்த ரசனைக்காரர் கூடப் பொறாமைப்பட வேண்டிய அத்தனை தகுதிகளும் வாய்த்தவர் கோகுல் பிரசாத். அவற்றுக்குப் பின் இருப்பது அவரது ஆர்வமும் அர்ப்பணிப்புமே.

இன்று காலை ஐந்தரை மணிக்கு ஷோபா சக்தி, சுந்தர ராமசாமி என்று சாட்டில் என்னிடம் சில சொற்கள் பேசிக் கொண்டிருந்தார் கோகுல். இப்போதுதான் கவனிக்கிறேன் இன்று அவரது பிறந்த நாள். பிறந்த நாள் அதிகாலையில் ஒரு மனிதன் தொட வேண்டிய விஷயங்களா இவை! இதைத்தான் அர்ப்பணிப்பு என்கிறேன்.

தமிழினி மின்னிதழின் ஒற்றை ஆசிரியராக அவர் நின்று களமாடிக் கொண்டிருப்பதன் பின்னணியில் இருப்பது அதுவே. நானும் ஒரு சமயம் இப்படித் தனியாளாக மின்னிதழ் நடத்திக் கொண்டிருந்தவன் என்ற வகையில் அதன் மஹாசிரமங்களை அறிவேன். ஆனால் அது ஒருவகையில் தன்முனைப்பும் கூடத்தான். அப்படித்தான் ஓர் ஆளுமை இருக்க முடியும். வாசக எண்ணிக்கை எப்படியோ, நான் பார்த்த வரை தர அடிப்படையில் இன்றைய தேதியில் தமிழின் நம்பர் 1 மின்னிதழ் தமிழினிதான்.

பா. ராகவன் தவிர எனக்கு இலக்கிய உலகில் தனிப்பட்ட நண்பர்கள் மிகக் குறைவு. கோகுல் பிரசாத் அப்படியான ஒரு நண்பராக ஆகி வருபவர். இலக்கியவாதியாக இருந்தும் பழகுவதற்குச் சிடுக்குகளற்றவர்.

அவர் விரைவில் புனைவெழுதப் புக வேண்டும் என்பது என் விருப்பம்.

(டிசம்பர் 23, 2020)

★

நான் 2010 வரை எஸ்ராவைத் தீவிரமாக வாசித்தேன் - எந்த அளவுக்கு என்றால் அவரது யாமம் நாவல் என் அந்தமான் தீவு தேனிலவு நாட்களின் பின்னிரவுகளில் வாசித்து முடித்தது. அவரது ஆரம்ப காலச் சிறுகதைகள், துணையெழுத்து, கதாவிலாசம், விழித்திருப்பவனின் இரவு ஆகியன எனக்குப் பிடித்தமான அவரது ஆக்கங்கள்.

இதிலிருந்து விலகி முதன் முதலாக வாசிப்பில் தடை ஏற்படுத்தியது துயில் நாவல். அதை இரு முறை வாசிக்கத் தொடங்கி கை விட்டேன். பின் ஓர் இடைவெளிக்குப் பின் வாசித்த அவரது இரு ஆக்கங்கள் என்னை ஏமாற்றத்துக்கு உள்ளாக்கின. ஒன்று 'என்றும் சுஜாதா' தொகுப்பு. அது சுஜாதாவின் படைப்புலகைச் சரியான முறையில் அறிமுகம் செய்யாத அவசர அடியிலான ஆக்கம் எனத் தோன்றியது. அடுத்து 96 பற்றிய புத்தகம் எழுதும் முன் 'பதேர் பாஞ்சாலி - நிதர்சனத்தின் பதிவுகள்' நூலைப் பாதி வரை வாசித்து நிறுத்தினேன்.

(ஃபிப்ரவரி 11, 2022)

★

இமையத்தின் மூன்று நாவல்களை இது வரை வாசித்திருக்கிறேன். செல்லாத பணம், வாழ்க! வாழ்க!, எங்கதெ. மூன்றுமே சுமாரானவை. அவற்றின் போதாமைகள் எனச் சிலவற்றைப் பட்டியலிட முடியும்: 1) ஒரு பக்கத்தில் சொல்ல வேண்டியதை மூன்று பக்கங்களுக்கு இழுத்திருப்பார். சொன்னதையே திரும்பத் திரும்பச் சொல்வார். 2) மிக நேரடித்தன்மை கொண்ட தட்டையான எழுத்து. செய்தி வாசிப்பது போல் சம்பவங்கள் சொல்லப்படும். அதில் ஒரு தேர்ந்த புனைகதை வாசகனுக்குப் பெற்றுக் கொள்ள எதுவும் இல்லை. 3) வாசிப்பின்பம் அளிக்காத சுவாரஸ்யமற்ற நடை, சாதாரண வசனங்கள்.

இவற்றின் காரணமாக இக்கதைகளை வாசித்தது அலுப்பூட்டும் அனுபவமாகவே அமைந்தது. உண்மையில் எங்கதெ, வாழ்க! வாழ்க! படித்த பின் அவரை இனி வாசிக்க அவசியமில்லை என்றே எண்ணினேன். பிறகு செல்லாத பணம் சாஹித்ய அகாதமி பெற்றதால் அதனை வாசித்தேன். அதன் பிறகு என் முடிவு மேலும் கெட்டிப்பட்டது. இப்போது மிச்சமிருப்பது கோவேறு கழுதைகள். எல்லோரும் ஒருசேரப் புகழும் படைப்பு. வாசிப்பேன். அதிலும் ஏமாற்றம் என்றால் நிரந்தரமாக அவரைத் தவிர்த்து விடுவேன்.

(ஏப்ரல் 1, 2024)

21. ஜனரஞ்சகம்

*'**ஆ..!**' நாவலை மூன்று முறை வாசித்திருக்கிறேன். பதின்மங்களில் சுஜாதா நூல்களைத் தேடித் தேடி வாசித்துக் கொண்டிருந்தேன். முன்பு தானெழுதிய 'ஆ..!' தொடர் பற்றி அப்போது ஆனந்த விகடன் கற்றதும் பெற்றதும் தொடரில் சுஜாதா ஐஐடியில் படித்த மென்பொருளாளன் மண்டைக்குள் குரல் கேட்கத் தொடங்குகின்றன எனச் சொல்லி இருந்தார். அப்போது எனக்கு ஐஐடி ஆதர்சம்; கணிப்பொறி இயல் ஆதர்சம். சுஜாதாவும்.*

மிகத் தீவிரமாகத் தேடினேன். தீவிரமாக எனில் அப்போதெல்லாம் ஆன்லைனில் புத்தகம் வாங்க முடியாது; (அமேஸானே அமெரிக்காவில் ஸ்டார்ட்டப்பாக இருந்த 90களின் இறுதி). நான் சென்னைக்கே வந்திருக்காத காலம். ஈரோட்டில் வேலா புத்தக நிலையம், சங்கீதா ஷாப்பிங் சென்டர், ரயில் நிலையத்தில் அங்கு விலாஸ் இந்த மூன்று இடங்களிலும் புத்தகங்கள் கிடைக்கும். வருடமொருமுறை (ஆனால் மாதக் கணக்கில்) நியூசெஞ்சுரி புக் ஹவுஸ்கார்கள் ப்ரஃப் ரோடு பெரிய மாரியம்மன் கோவிலருகே ஷாமியானா கட்டி சிறிய புத்தகக் காட்சி போடுவார்கள். அவ்வளவுதான்.

நீண்ட காலம் தேடியும் கிடைக்காமல் கடைசியில் என் அப்பாவிடம் சொல்லி விட்டு அவர் கோவை டவுன்ஹால்

விஜயா பதிப்பகக் கடையில் வாங்கித் தந்த ஞாபகம். அப்போது குமரிப் பதிப்பகம் வெளியிட்டிருந்தார்கள். ஒவ்வொரு அத்தியாய முடிவிலும் "ஆ..!" என்று முடித்த புத்திசாலித்தனம், கதையின் நடை எல்லாம் மிக வசீகரித்தன என்றாலும் ஏதோ ஒன்று குறைந்தது போல் தோன்றியது. அதிக எதிர்பார்ப்பு வைத்ததாக இருக்கலாம். இன்றும் சுஜாதாவின் சிறந்த 5 நாவல்களில் அதை வைத்திருக்கிறேன்.

தவிர, எல்லா ஆண்கள் வாழ்விலும் ஒரு ஜெயலட்சுமி டீச்சர் இருந்தாக வேண்டுமே!

என் சிபாரிசில் அப்போது பள்ளித் தோழன் நவீன் குமாரும் அதைப் படித்தான். எனக்குப் பிடித்ததை விட அவனுக்கு அதிகம் பிடித்தது. அவனும் பல முறை அதைப் படித்தான் என நினைவு. ஒருமுறை எங்களுக்குள் பிணக்கு நேர்ந்து சில மாதங்கள் பேச்சுவார்த்தை இல்லாமல் போன போது 'ஆ..!' நூலைத்தான் பரிசளித்து சண்டை தீர்த்தேன்.

இப்போது சைத்தான் படம் 'ஆ..!' நாவலைத் தழுவியது என்கிறார்கள். கொஞ்சமாய் 'விக்ரம்' தவிர்த்து இதுவரை சுஜாதாவின் எந்த நாவலும் உருப்படியாய்ப் படமாக்கப் பட்டதில்லை. விஜய் ஆன்டணி குழு வரலாற்றை மாற்றுகிறார்களா பார்க்கலாம்.

(நவம்பர் 23, 2016)

★

சுஜாதாவின் இடம் என்ன என்பதில் அவரது வாசகர்கள் என்ன நினைக்கிறார்களோ, இந்த இலக்கியவாதிகள்தாம் அவருக்குத் திவசம் வந்து, அவர் பெயர் கொஞ்சம் பரவலாய் உச்சரிக்கப்பட்டாலே சுஜாதா அசல் கலைஞர் அல்ல, நகல் எம்ஜிஆர் அல்ல எனப் பதற்றத்துடன் கை நடுங்க ஏதாவது எழுதத் தொடங்கி விடுகின்றனர், பாவம்.

சுஜாதாவை இலக்கியவாதி என நம்மால் நிரூபிக்க முடிகிறதோ இல்லையோ இலக்கியவாதிகள் சில்லறைகள் என நிரூபித்துக் கொண்டிருக்கிறார் சுஜாதா!

சுஜாதாவின் இலக்கிய ஸ்தானம் என்ன எனப் புரிந்து கொண்ட

வாசகர்கள் மிக மிகக் குறைவு. எழுத்தாளர்கள் உட்பட இதுதான் நிலை. ஒன்று கண்மூடித்தனமாய் பெரும் எழுத்தாளர் என்று புகழ்வார்கள் அல்லது வெறும் வணிக எழுத்தாளர் என்று புறம் தள்ளுவார்கள். அவரது அனைத்து எழுத்துப் பங்களிப்புகளையும் முன்வைத்து அவரது எழுத்தாளுமையை நேர்மையாய் மதிப்பீடு செய்து ஒரு விரிந்த நூல் எழுத வேண்டும் என்ற நோக்கு கடந்த பத்தாண்டுகளாகவே மனதில் இருக்கிறது. அதற்கொரு தலைப்பு கூட யோசித்திருந்தேன்: சுஜாதாலஜி. செய்ய எனக்கும் நேரம் வாய்க்கவில்லை. எவரும் அதற்கு என்னை உந்தவும் இல்லை. இன்னொரு விஷயம் அதை நான் எழுதினால் பொருட்படுத்தி விவாதிக்கப்பட நானும் எழுத்தில் ஓர் இடத்தை அடைய வேண்டுமே!

எஸ்.ராமகிருஷ்ணன் உயிர்மைக்கு இத்திசையில் ஒன்று செய்திருந்தார். ஆனால் அது சுஜாதாவின் தேர்ந்தெடுக்கப்பட்ட எழுத்தின் தொகுப்பாக மட்டும் அமைந்திருந்தது.

உண்மையில் நான் நினைத்ததை விடவும் மிக வேகமாக சுஜாதா மறக்கப்படுவதாகத் தோன்றுகிறது. அவரது பிறந்த நாள், நினைவு நாள் தவிர சமூக வலைதளங்களில் அவர் பெயர் மிக அரிதாகவே உச்சரிக்கப்படுகிறது. இது நிஜமாகவே எனக்கு அதிர்ச்சியாக இருக்கிறது. *He deserves more.* அவரிடமிருந்து குறைந்தது அடுத்த நூறாண்டுகளுக்காவது இளம் வாசகர்களும், இளம் எழுத்தாளர்களும் பெற்றுக் கொள்ள விஷயம் இருக்கிறது.

இதன் பொருட்டும் சுஜாதாலஜியின் தேவை வேறெப்போதையும் விட இன்று அதிகம்!

(ஃபிப்ரவரி 27, 2017)

★

பட்டுக்கோட்டை பிரபாகர், சுபா, ராஜேஷ் குமார் மூவரையும் ஒப்பிடச் சொல்லி நண்பர் பிச்சைக்காரன் முந்தைய பதிவில் கேட்டிருந்தார். அங்கு நான் அளித்த பதில்:

“நீங்களே மிகச் சரியாகத்தானே தரவரிசைப்படுத்தி இருக்கிறீர்கள்!”

சுஜாதாவுக்கு அடுத்தபடி (ஆனால் வெகுதூரத்தில்) இருக்கும் சுவாரஸ்யமான வெகுஜன எழுத்தாளர் அவர்தான். பெரும்பாலும்

அவர் கதைகள் எனக்கு ஏமாற்றமளித்ததே இல்லை. க்ரைம் மட்டுமல்ல, காதல் கதைகளிலும், நகைச்சுவைக் கதைகளிலும் கூட அவர் பங்களிப்பு சிறப்பு. அவர் கதாபாத்திரங்களை உருவாக்குவதில் வல்லவர், நடை சிறப்பானது (*again* வெகுஜன வார்ப்புகள்). 1998ம் ஆண்டு வாக்கில் பக்கத்து வீட்டுப் பள்ளி ஆசிரியர் வார இதழ் ஒன்றிலிருந்து பக்கங்கள் கிழித்து பைண்ட் செய்து வைத்திருந்த ஆகவே செக்‌ஷன் 302ன் படி என்பதுதான் நான் படித்த அவரது முதல் நாவல் என நினைவு. அதன் பிறகு எப்போது கடைகளில் அவரது பாக்கெட் நாவல் கிடைத்தாலும் வாங்கிக் கொண்டுதான் இருக்கிறேன். இப்போது வரையிலும் கூட. கதாபாத்திர உருவாக்கம், வசனங்கள், பரிசோதனை முயற்சிகள் என *brilliant*-ஆன எழுத்தாளர். கதைகளில் ஒரே *genre*-ல் நின்று விடாமல் பலவற்றையும் முயன்றவர்.

சமூக வலைதளங்களில் புழங்க வரும் அவரது தலைமுறை எழுத்தாளர்களில் பலர் இதன் இயல்புக்குத் தகவமைத்துக் கொள்ளாமல் கேலிக்கும் வசைக்கும் உள்ளாவதைக் காண்கிறேன். ஆனால் பட்டுக்கோட்டை பெரும்பாலும் அதிலும் நிதானமாக உள்ளார்.

பட்டுக்கோட்டை பிரபாகர் அளவுக்கு இல்லை என்றாலும் *variety* என்ற அடிப்படையில் சுபாவும் ஓக்கேதான் - நடை கூட சில சமயம் பபியின் உயரம் தொடுகிறதெனச் சொல்லலாம். ராஜேஷ் குமார் எப்போதாவது நன்றாக எழுதுவார். பத்தில் ஒன்று என்பது போல். அவர் கதைகளில் சஸ்பென்ஸ் / திருப்பம் அபாரம் என்றாலும் அதில் பெரும் செயற்கைத்தன்மை இருக்கும். குறிப்பாய் வாசகன் ஊகிக்கலாகா என்பதால் யாரோ ஒருவரைக் குற்றவாளி எனக் கைகாட்டி, வலுவற்ற காரணத்தைச் சொல்வார். விஞ்ஞான அடிப்படையில் எழுதுகிறேன் என்று அவர் செய்யும் அபத்தங்கள் அனேகம். அவரது நடை மொக்கையானது. ஆனால் எழுத்திற்கான அவரது உழைப்பு மிகப் பிரம்மாண்டமானது.

(ஆகஸ்ட் 18, 2017)

★

பெங்களூர் இரவிச்சந்திரன் 80களின் வெகுஜன எழுத்தாளர். நானறிந்த வரை இந்திரா காந்தியின் இரண்டாவது முகம், இனி

ஒரு விதி செய்வோம், இந்திய பாஸ்போர்ட், சிந்துவெளி நாகரிகம் ஆகிய நான்கு தொகுப்புகள் வந்திருக்கின்றன. சுஜாதாவை போல எழுத முனைந்தவர். குறுகிய காலமே செயல்பட்டவர். அப்புறம் காணாமல் போனவர்.

இன்று அவர் இல்லை; அவர் புத்தகங்களும் இல்லை. அவர் புத்தகங்களைத் தேடிக் கொண்டிருந்தேன். பாரா தன் சேகரிப்பில் இருந்த அவரது இரண்டு புத்தகங்களை வாசிக்கக் கொடுத்தார். 'இந்திரா காந்தியின் இரண்டாவது முகம்' தொகுப்பை வாசித்து விட்டேன். சுவாரஸ்யமான எழுத்தாளர். அதன் பிறகு அவரது நான்கு தொகுப்புகளையும் சேகரித்து மொத்த கதைத் தொகுப்பு ஒன்று கொண்டு வர வேண்டும் என்ற எண்ணம் எழுந்தது. ஆனால் அதற்குரிய நேரமும் உழைப்பும் செலவிடவில்லை. இன்று அவரது இரண்டு கதைத் தொகுதிகளை (இந்திரா காந்தியின் இரண்டாவது முகம், சிந்துவெளி நாகரிகம்) இணைத்து சிந்துவெளி நாகரிகம் என்ற பெயரில் ஒரு தொகுப்பு வருகிறது.

(மே 24, 2022)

★

பொன்னியின் செல்வன் நாவல் குறித்து பாரா ஒரு பதிவு எழுதி இருந்தார் - நல்ல விதமாக. நேற்று ஓர் எழுத்தாள நண்பரும் அது குறித்துத் தொலைபேசினார். நான் அதைப் பற்றிய என் எண்ணங்களை ஏற்கெனவே பல முறை எழுதி இருக்கிறேன் என்றாலும் இங்கே இன்றைய பரபரப்பில் மறுபடி தொகுத்துக் கொள்கிறேன்.

1) பொன்னியின் செல்வன் சுவாரஸ்யமானதா? முழுக்க இல்லாவிடினும் பெரும்பாலும் - ஆம். வாசிப்புப் பழக்கம் உள்ளோர் எடுத்தால் பாதியில் வைக்க மாட்டார்கள்.

2) நாவலின் இடம் என்ன? அது ஒரு வெகுஜன நாவல். அந்த அளவுகோளில் பார்த்தாலுமே அது சுமாருக்கும் மேலான ஒரு நாவல் மட்டுமே.

3) பலரும் அதை வானளாவப் புகழ்கிறார்களே? என் புரிதலில் அதற்கு ஒரே காரணம் அதன் பிரம்மாண்டம். 2000+ பக்கங்களை வாசித்து முடிக்கும் போது பல மணி நேரங்களை

அதற்குத் தந்திருப்பார்கள். தொடராகப் படிக்கும் போது சில வருடங்கள் அதோடு பயணித்திருப்பர். ஆக, ஓரளவு தரமாக இருந்தாலே இயல்பாகவே ஓர் ஒட்டுதல் அதன் மீது வந்து விடும். அதுவே அதீதப் புகழ்ச்சி.

4) *பொன்னியின் செல்வன் நிஜ வரலாறா?* அது வரலாற்றுப் புதினம். கொஞ்சம் உண்மைகள் மீது நிறையக் கற்பனை சேர்த்து எழுதப்பட்டது. டைட்டானிக் படத்தில் இருக்குமளவு வரலாற்றுத் துல்லியம் கூட பொன்னியின் செல்வனில் கிடையாது. நாவலில் அதை எதிர்பார்க்கவும் கூடாது. எளிய காரணம் அது வரலாற்று நூல் அல்ல என்பதுதான்.

5) *நாவல் என்ன சொல்கிறது?* அது சோழர்கள் வரலாற்றை ஒரு விதப் பெருமிதத்தோடு முன்வைக்கிறது. (குறிப்பாக அதன் உச்சக் காட்சியில் வரும் தியாகம்.) அது நம்மைப் புல்லரிக்கச் செய்யும், மயக்கும். அது ஒரு விதப் போதைதான். வரலாற்று நாவல் என்றாலும் காமம் இல்லாத, வன்முறை இல்லாத ஒரு நாவல். அவ்வகையில் குடும்பத்தோடு வாசிக்கக்கூடிய நாவல் ஆகிறது.

6) *அது காலத்திற்கும் நிற்குமா?* ஆம். காரணம் அந்த இடத்தில் வேறொரு நாவல் இன்று வரை தமிழில் இல்லை என்பதால். (ஆனால் அதைப் புனிதப்படுத்திப் பேசி வாசிக்காதோருக்கு ஓர் ஒவ்வாமையை அளிக்கிறார்கள் என்பதையும் மறுக்க முடியாது. அதைத்தாண்டி நிற்கும்.)

7) *நாவலின் நடை சிரமமாக இருக்குமா?* இல்லை. செந்தமிழ் ஆனால் எளிய மொழிதான். ஆனால் நீள வர்ணனைகள் இருக்கும். முதல் மூன்று, நான்கு அத்தியாயங்களில் அதற்குப் பழகி விட்டால் பிறகு தொடர்ந்து வாசித்தல் எளிதுதான்.

8) *அது படித்தே ஆக வேண்டிய நாவலா?* நீங்கள் கல்லூரி முடிப்பதற்குள் என்றால் ஆம். அதன் பிறகு என்றால் அப்படியொன்றும் கட்டாயமில்லை. ஏனெனில் அது மிகுந்த நேரம் எடுக்கக்கூடிய செயல் - வேலைகள் இடையே வாசித்தால் குறைந்தது பத்து நாட்கள். அதனால் உங்கள் மற்ற வாசிப்பு *pipeline / priority* பொறுத்து முடிவெடுக்கலாம்.

9) *படம் பார்க்கும் முன் நாவல் படிக்க வேண்டுமா?*

கட்டாயமில்லை. சொல்லப்போனால் படிக்காமல் பார்ப்பது நல்லது. பிறகு படித்துக் கொள்ளலாம். படித்தவர்கள் இப்போது செய்து கொண்டிருக்கும் ஆய்வுக் கதறல்களை நீங்கள் பார்த்திருக்கலாம். படம் பார்க்கும் அனுபவத்தை இழப்பீர்கள். இப்போது சமூக வலைதளங்களில் ஓர் அழுத்தம் இருக்கிறது - அதை வாசிக்காவிடில் எதையோ இழந்து விட்டீர்கள் என்பது போல். அது மாயை. *Don't succumb to that meaningless peer pressure.*

10) குழப்பாதீர்கள். படிக்கட்டுமா வேண்டாமா? மாணவப் பருவத்தில் ஒருவர் அதை வாசிப்பது பொதுவாக வாசிப்பு ஆர்வத்தை அதிகரிக்கும். அல்லது உங்கள் வாசிப்பு இப்போதும் மாணவப் பருவத்தின் உயரம்தான் கொண்டிருக்கிறது என்றாலும் வாசிப்பது நல்லதே. அதைப் பிடித்து மேலேறி மற்ற வாசிப்புக்கு நகரலாம். பொன்னியின் செல்வன் வாசித்ததையே பெருமையாக, ஒரு தகுதியாகக் கருதி, அதிலேயே தேங்கி உழலக்கூடாது. அதோடு நின்று விடக்கூடாது.

(ஜூலை 9, 2022)

★

நம் ஆட்களுக்குத் துப்பறியும் நாவல் என்றாலே ஏன் ராஜேஷ் குமார் முதன்மையாக நினைவு வருகிறார் என எனக்குப் புரியவில்லை. எண்ணிக்கையில் அதிகம் (*quantity*), எல்லா இடங்களிலும் எளிதில் கிடைக்கிறார் (*availability*) என்பவைதாம் அவரது பலங்கள். அவர் ஒரு பதின்ம வாசிப்பாளனுக்கு நல்ல தொடக்கம் என்பதையும் மிக இலகுவான, குறுகிய காலப் பொழுதுபோக்கு வாசிப்பிற்கு எவ்வயதிலுமே உகந்தவர் என்பதையும் ஏற்கிறேன். அதை ஏற்பதில் தயக்கமில்லை - என் சொந்த அனுபவமே கூட அதுதான்.

என் வாசிப்பில் தமிழின் சிறந்த துப்பறியும் நாவல்களை எழுதியவர் சுஜாதா. அதற்கு அடுத்தபடி பட்டுக்கோட்டை பிரபாகர். பிறகு சுபா, புஷ்பா தங்கதுரையைச் சேர்க்கலாம். இளையவர்களில் ஷான் மற்றும் மாயா மிகச் சிறப்பாக எழுதுகிறார்கள். தீவிர / சீரியஸ் இலக்கியத்தில் பார்த்தால் அம்பை இரு துப்பறியும் கதைத் தொகுப்புகள் எழுதி இருக்கிறார் (சுதா குப்தா வருபவை). அபிலாஷ் இரண்டு நாவல்களை எழுதியிருக்கிறார்.

என் ஆதித்த கரிகாலன் கொலை வழக்கு நாவலை ராஜேஷ் குமாருடன் ஒப்பிடும் ஒருவர் ராஜேஷ் குமாரையும் ஒழுங்காகப் படித்ததில்லை, என் நாவலையும் சரியாக வாசிக்கவில்லை என்றே சொல்வேன். எனது செறிந்த மொழியும் அவரது நடையும் ஒன்றா? என் *detailing* தரும் நம்பகத்தன்மை அவரிடம் உண்டா? என் புனைவின் தர்க்க இறுக்கம் அவரது எப்படைப்பில் உண்டு? எல்லாம் தாண்டி ராஜேஷ் குமார் நாவல்களைப் போல் எவரும் ஊகிக்காத ஒருவரைக் குற்றவாளி ஆக்க வேண்டும் என்ற பிடிவாதம் என் புனைவின் நோக்கம் அல்ல. மாறாக, கவனித்துப் பார்த்தால் நாவலின் கட்டுமானம் ஆரம்பம் முதல் அசல் குற்றவாளியை நோக்கியே, அதற்கான *motive*-ஐ நோக்கியே பல்வேறு விதங்களில் தொடர்ந்து குவிந்து வந்திருப்பதை சற்றே நுண்ணிய ஆரம்ப நிலை வாசகர் கூட முடிக்கையில் உணரலாம். இதை எல்லாம் தாண்டி என் எழுத்தை ராஜேஷ் குமாரோடு ஒப்பிடுபவர் என் எழுத்தின் தகுதி பற்றியல்ல; தன் வாசிப்பின் தகுதி பற்றியே சொல்கிறார்! அதற்குப் புன்னகையே எனது பதில்.

மேற்சொன்ன துப்பறியும் நாவல் முன்னோடி உதாரணங்களைக் கொண்டு சொன்னால் கரிகாலன் சுஜாதாவுக்கும் அம்பைக்கும் இடையே நிற்கிறான் என்பது என் துணிபு. இது சற்றே திமிராகத் தொனிக்கலாம். வேறு வழியில்லை. திமிர்தான் திறமைக்கு வேலி. இல்லையெனில் போகிற போக்கில் மட்டம் தட்டி ஒன்றுமில்லாமல் செய்து விடுவர்.

(நவம்பர் 24, 2022)

பகுதி 3

இன்ன பிற...

22. ஓர் அழகியைக் கொண்டாடுவது எப்படி?

பெண் என்கிறவள் ஆணுக்குச் சமமான உயிர்த்திரள்; வெறும் நுகர்வுப் பண்டம் அல்ல. அவள் திறமையை அங்கீகரித்து, வாய்ப்புகளை உறுதி செய்து, ஆளுமையை மதிக்கும் அதே சமயம் அவளது அழகினைக் கொண்டாடவும் தவறக்கூடாது. அழகு ஒருத்தியிடம் அதீதமாகக் கொட்டிக் கிடக்கையில் அது ஆராதனைக்கு உரியது. குறிப்பாக நடிகைகள், மாடலிங் செய்வோர் தம் அழகு ரசிக்கப்படவும், பரப்பப்படவுமே மிக விரும்புகிறார்கள். சொல்லப்போனால் அவர்கள் திறமை என முன்வைப்பது பெரும்பாலும் அழகைத்தான்.

மலை உள்ளிட்ட இயற்கைக் கொடைகளோடும் இசை போன்ற கலைச் சரக்குகளோடும் இணை வைத்துக் கொண்டாடத்தக்கது பெண்ணழகு. பலர் அதை ரகசியமாகவும் சிலர் பகிரங்கமாகவும் செய்கிறார்கள். ரசிக்கப்படுவதால் வெட்கப்படலாம்; ரசிப்பதற்கே கூட வெட்கப்படுவதா! எப்படியோ பெண் ரசிப்புத் தொழில் சிறப்பாகவே நடந்து வருகிறது.

அழகென்றால் அன்னை தெரசா, பிடித்தவரே பேரழகு என்கிற உணர்ச்சிவசங்களைக் கடந்து பார்த்தால் அழகு என்பது ஒருவரது புறத் தோற்றம் மற்றும் உடல் மொழியினால் ஈர்க்கப்படுவதே.

புறத்தோற்றம் என்பதில் ஒருவரது முகம், உடல் வடிவு எல்லாம் சேர்ந்து கொள்ளும். உடல் மொழியில் அசைவுகள், நகர்வுகள், குரலினிமையைச் சேர்க்கலாம்.

அழகு *(Beauty)* என்றால் என்ன என்று யோசிக்கிறேன். அது காட்சியால் மகிழ்வூட்டுவது. காட்சியால் மட்டுமே. மலரின் தோற்றத்தை ரசிப்பது மட்டுமே அழகில் சேர்த்தி. அதன் தோற்றம் கொண்டே அது எவ்வளவு மென்மையாக இருக்கும், எவ்வளவு வாசனையாக இருக்கும் எனக் கற்பனை செல்வது இயல்பு. அதுவும் நீட்டிக்கப்பட்ட ஓர் அழகே. அந்த மானசீக அழகு வரைதான் கோடு. பூவைப் பறிப்பதோ, ஸ்பரிசிப்பதோ, கசக்குவதோ அழகை ரசிப்பதில் வராது. போலவே பெண் அழகை ரசித்தல் என வரும் போது அங்கே பாலியல் கிளர்ச்சிக்கு நேரடித் தொடர்பு ஏதுமில்லை. அதாவது காமத்தின் கண்ணாடி அணிந்து அழகை ரசிக்கலாகாது. மானுடவியல்படி இயல்பாகவே ஆழ்மனதில் செழித்த பெண்டிர் மீதே ஆண் மனம் லயிக்கும் என்றாலும் அதற்கு விதிவிலக்குகளும் ஏராளம்.

தோற்றத்தில் உள்ள சீர்மை *(Symmetry)* ஒன்றை அழகாகத் தெரியச் செய்யும் முக்கியக் காரணி. அதை அளவுகோல் வைத்துக் கறாராக அளக்கும் கேத்திர கணிதம் என்பதாக எடுக்காமல் கண்களுக்கு இனிமையாகத் தெரியும் முப்பரிமாண வடிவக் கச்சிதம் எனப் புரிந்து கொள்ளலாம். முதல் பார்வையிலேயே மனம் அளந்து தீர்மானிக்கும் விசித்திரம்!

பிறந்த பசுஞ்சிசு எவரும் சொல்லித் தராமலேயே முலையுறிஞ்சத் தொடங்குவது போல் நமக்கு பெண்களை ரசிக்கும் நுட்பம் மரபணுக்களிலேயே ஒட்டிக் கொண்டிருக்கிறது என்றாலும் புட்டிப்பால் கட்டம் ஒன்று வருவது போல் கொஞ்சம் முறையாகக் கற்கலாம்.

பெண் ரசனை என்பது வாழ்க்கைச் சுழற்சி *(Life Cycle)*. இதில் மூன்று கட்டங்கள் உண்டு. முதல் கட்டம் ரசிக்க ஒருவரைத் தேர்ந்தெடுத்தல். இரண்டாவது கட்டம் அவரை ரசித்தல். மூன்றாவது கட்டம் அவரை விலகுதல். ஒவ்வொன்றையும் எப்படிச் செயல்படுத்துவது?

★

தேர்ந்தெடுத்தல்

முதற்கோணல் முற்றிலும் கோணலாகும் அபாயத்தால் தேர்ந்தெடுத்தல் ஒரு முக்கியக் கட்டம். அதற்கு கண்களையும் மனதையும் முன்முடிவு இல்லாமல் திறந்து வைத்திருக்க வேண்டும் - கொக்கு ஒன்று ஒற்றைக் காலில் மீனின் வருகைக்குக் காத்திருப்பது போல.

அது ஒரு திரைப்படத்தின் நாயகியாக இருக்கலாம். நெடுந்தொடர் துணை நடிகையாக இருக்கலாம். ஒரு தொலைக்காட்சி விளம்பரத்தில் வரும் மாடலாக இருக்கலாம். அல்லது ஒரு நாளிதழ் விளம்பரத்தின் உறைவை மீறி உயிர்த்திருக்கின்ற முகமாக இருக்கலாம்.

எனக்கு அப்படித்தான் பதின்மத் தொடக்கத்தில் பெப்ஸி விளம்பரம் ஒன்றில் ஐஸ்வர்யா ராய் அறிமுகமானார். அன்று அவர் உலக அழகி பட்டம் பெற்றிருக்கவில்லை; சினிமா நடிகை கூட இல்லை; அவரது பெயர் கூடத் தெரியாது. ஆனால் அப்போதே அவர் நிகரற்ற அழகி எனப் பதிந்து போனது. அதிலிருந்து சுமார் பதின்மூன்று ஆண்டு அவரே உலகின் உச்சப் பேரழகி என என் மனதில் சம்மணமிட்டிருந்தார். அது ஒரு திறப்புக்கான கணம்!

ஆம். இப்படி அத்தனை பேரையும் சலித்தெடுப்பதில் உங்கள் இலக்கு இன்றைய தேதியில் உங்களைப் பொறுத்த வரை உலகின் உச்சமான பேரழகி யார் என்பதைக் கண்டறிவதே.

முன்பெல்லாம் இதன் பொருட்டு சினிமா பார்க்க வேண்டும், சீரியல் பார்க்க வேண்டும், ஃபேஷன் ஷோக்கள் பார்க்க வேண்டும், தினசரிகளையும் சஞ்சிகைகளையும் பார்க்க வேண்டும். பணம், நேரம் இரண்டு செலவும் அதிகம். இன்றைய அழுத்தம் மிக்க அவசர வாழ்வில் அது பலருக்கும் சாத்தியமில்லை. உலகைச் சுற்றாமல் அம்மையப்பனைச் சுற்றி வந்து ஞானப் பழம் பெற்ற பிள்ளையார் மாதிரி இருந்த இடத்திலேயே இவர்கள் அனைவரையும் தரிசிக்க ஒரு மார்க்கம் இருக்கிறது. இன்ஸ்டாக்ராம்! மொத்த உலகமும் ஒரு கிராமம் என்ற சித்தாந்தம் இந்த இன்ஸ்டா கிராமம் வழிதான் உண்மையாகிறது.

ஃபேஸ்புக், ட்விட்டர் அக்கப்போர்களை விடவும் எவ்வளவோ அமைதியான, அழகான உலகம் இன்ஸ்டாக்ராம். செயல்பாட்டில்

இறங்க மாட்டீர்கள், வேடிக்கை பார்ப்பதே இலக்கு என்றால் இன்ஸ்டாக்ராமே கனகச்சிதம். ஒரே விஷயம் ஆண்களை (குறிப்பாக எழுத்தாளர்களை) பின்தொடராமல் கணக்கைச் சுத்தபத்தமாக வைத்துக் கொள்ள வேண்டும். குறைந்தது நூறு முதல் அதிகபட்சம் ஆயிரம் பேர் வரை பின்தொடரலாம். அதற்கு மேல் போனால் பழைய பிஎஸ்என்எல் டெலிஃபோன் டைரக்டரி மாதிரி ஆகி விடும். தவிர, யோசித்தால் அவ்வளவு அழகிகள்தாம் ஒருவர் ரசனைக்குச் சாத்தியம்!

அந்த ஆயிரம் பேரில் யார் உங்களுக்கான அழகி எனக் கண்டறிய ப்ரக்ஞைப்பூர்வப் பாடங்கள் ஏதுமில்லை. பூ மலர்வது போல் அது தானாகவே நிகழ வேண்டும். தீபிகா படுகோனை *Aankhon Mein Teri* பாடலில் முதலில் பார்க்கையில்அது நிகழ்ந்தது எனக்கு.

உத்தேச அளவுகோல் ஒன்றுண்டு. அவர் உங்களுக்கு எந்தக் கோணத்தில் பார்த்தாலும் அழகாகத் தெரிய வேண்டும். இன்னொரு முக்கிய விஷயம் புகைப்படங்கள் தாண்டி அசைபடத்திலும் ஈர்க்க வேண்டும். சிலர் புகைப்படங்களில் சிறப்பாக இருப்பார்கள். ஆனால் அசைபடம் (உதாரணமாகச் சிரிப்பு, முக பாவம்) பார்த்தால் ஒருவித விலக்கம் தோன்றி விடும். அப்போது 'இவர்தான் நம் உச்ச அழகியா?' என்ற இருத்தலியல் சிக்கல் எழும். மறுபடி முதலிலிருந்து தேர்வைத் தொடங்க வேண்டும் - அதைத் தவிர்க்கத்தான்.

நீங்கள் அவரைத்தான் இன்னும் சில காலத்துக்கு உயிரைக் கொடுத்துக் கொண்டாடப் போகிறீர்கள் என்பதால் அதற்குரிய பூரணத் தகுதிகளுடன் அவர் இருப்பது முக்கியம்.

பல ஆண்டுகளுக்கு முந்தைய படங்களில் அவர் அழகாக இல்லை, ஒப்பனை இல்லாமல் சிறப்பாக இல்லை என்பதை எல்லாம் தாராளமாக மன்னிக்கலாம். காரணம் நீங்கள் கால இயந்திரத்தில் ஏறி பழைய காலத்துக்கும் போகப் போவதில்லை. அவரை மணம் செய்து தூங்கி எழுந்தவுடன் எப்படி இருக்கிறார் எனக் காணும் வாய்ப்பும் இல்லை. இன்றைய தேதியில் செறிவான ஒப்பனையில் எப்படி இருக்கிறார் என்ற கணக்கே போதுமானது.

எது கூடாது என்பதற்குச் சில விதிகள் இருக்கின்றன. ஒன்று ஊரே கொண்டாடுகிறது என்பதாலேயே அவரை உங்களுக்குப்

பிடித்தமானவர் என்று நம்பத் தொடங்கலாகாது. குஷ்புவும், ஜோதிகாவும், அனுஷ்காவும், நயன்தாராவும் எனக்கு அப்படித்தான் ஆகாது. (இலக்கியம், சினிமா என்ற மற்ற ரசனைகளுக்கும் கூட இது பொருந்தும்.) இன்னொன்று யாருமே கண்டுகொள்ளவில்லை என்பதால் தனித்துவமாக இருக்கட்டும் என ஒருவரை நமக்குப் பிடித்ததாகச் சொல்லிக் கொள்வது. இதுவும் சங்கடம் தரும். முழுமையாகப் பிடிக்காத விஷயத்தைப் பிடித்ததாகப் பாசாங்கு செய்வது சுயவதையிலேயே முடியும்.

அழகை ரசிப்பது மன மகிழ்ச்சிக்கான விஷயம். அதை நம் தன்முனைப்புடன் குழப்பிக் கொள்ளாதீர். சொல்லப் போனால் இது அதற்கு நேர்மாறான விவகாரம். சரணடைதல்!

★

ரசித்தல்

ஒப்பீட்டளவில் இது எளிது. கரும்பு தின்னக் கூலி போல். ஏற்கெனவே விட்ட இன்ஸ்டாவில் இருந்தே தொடங்குவோம். ஓர் அடையாளத்துக்கு நாம் பின்பற்றும் உலகப் பேரழகி ஒரு நடிகை என வைத்துக் கொள்வோம். முதலில் அந்நடிகையின் அதிகாரப்பூர்வ இன்ஸ்டா கணக்கைப் பின்தொடர வேண்டும். அடுத்து ஏராளமாகக் கொட்டிக் கிடக்கும் அவரது ரசிகர் மன்றக் கணக்குகள். அப்புறம் அவரது பிஆர் நிறுவனக் கணக்கு. பிறகு அவரது இயக்குநர், உடன் நடிக்கும் கலைஞர்கள், புகைப்படம் எடுப்பவர், ஒப்பனை செய்பவர், அவரை விளம்பரத் தூதராகக் கொண்டிருக்கும் நிறுவனம், தனிப்பட்ட தோழிகள் என பின்தொடரலை விஸ்தரிக்க வேண்டும். (நான் அப்படித்தான் என் ப்ரியமான நடிகை - கிசுகிசு - தொடர்பான சுமார் நூறு கணக்குகளை இன்ஸ்டாக்ராமில் தொடர்கிறேன்.)

இது போக நடிகையின் அதிகாரப்பூர்வ ஃபேஸ்புக், ட்விட்டர், யூட்யூப் கணக்குகளையும் பின்தொடர வேண்டும். இதெல்லாம் எதற்கு? காரணம் நடிகை தன் அதிகாரப்பூர்வக் கணக்கில் தேர்ந்தெடுத்து சில படங்கள் மட்டுமே பகிர்வார். ஆனால் மற்றவர்களோ கூடுதல் படங்களையும் செய்திகளையும் பகிர்வார்கள். அதிலும் ரசிகர் பக்கங்களில் எடிட் செய்யப்பட்ட அல்லது மேம்படுத்தப்பட்ட படங்கள், வீடியோக்கள் வெளியிடுவர்.

இது ஒரு மாதிரி ஊர் கூடித் தேர் இழுக்கும் வேலைதான். டாரன்ட் தளம் போல் இதிலும் நீங்கள் பெற்றதை நீங்கள் திரும்பிச் சமூகத்துக்கு வழங்க வேண்டும் என்பதே முக்கியம். அதாவது நீங்களும் உங்கள் ட்விட்டர், ஃபேஸ்புக், இன்ஸ்டாக்ராம் கணக்குகளின் வழியே உங்களுக்குப் பிடித்த அவரது நிழற்படங்களை, அசைபடங்களைப் பரப்ப வேண்டும்.

இதில் முக்கிய விஷயம் பரப்புதல் என்பது வெறுமனே படம் பகிர்தலாக இருக்கக்கூடாது. அதை ஒரு ப்ரொக்ராமில் பிறந்த பாட் கூடச் செய்யும். ஆனால் நாம் ரத்தமும் சதையும் கனவும் உணர்வும் நிரம்பிய மனிதர்கள். எனவே அதில் அவரது கண்கள், உதடுகள் என உடற்பாகங்களின் சிறப்பைத் தனித்தனியாகவோ அல்லது ஒட்டுமொத்தமாக அவர் எப்பேர்ப்பட்ட அழகி என்பதாகவோ வெளிப்பட வேண்டும். அவரே உலகின் முதன்மை அழகி என்பது அதன் சாரமாக இருக்க வேண்டும். ஆண்கள் அவள் காலடியில் என்பதும் இயற்கை அவள் முன் தோற்கிறது என்பதையும் சொல்ல வேண்டும். இதிலும் ஆபாசம் ஏதும் கலக்காத கவனம் காக்கப்பட வேண்டும். அவள் நம் சொற்களில் தேவதையாகவே மற்றவர் மனதில் எழ வேண்டும். எந்த ஆபாசமும் கலவாத பரிசுத்தம் கமழ வேண்டும்.

அவர் நடித்த சினிமாக்கள் எல்லாம் பார்த்திருக்க வேண்டும். நன்றாக இருந்தால் மூன்று முறை, சுமாராக இருந்தால் இரு முறை, மோசமாக இருந்தால் ஒரு முறை பார்க்கலாம். இது குறைந்தபட்சத் தேவை. அதிகபட்சத்துக்குக் கணக்குகள் இல்லை. அவரது படம் தொலைக்காட்சியில் ஒளிபரப்பானால் பார்க்கத் தயாராக வேண்டும். அவர் பேட்டிகள் அல்லது கலந்து கொள்ளும் நிகழ்ச்சிகள் டிவியிலோ, யூட்யூப் சேனல்களிலோ வந்தால் தவறாமல் பார்க்க வேண்டும். அதில் அவர் தப்பித் தவறி ஏதாவது தத்துவம் போல் பஞ்ச் லைன் சொல்லி விட்டால் அதை முடிந்த அளவு பரப்புரை செய்ய வேண்டும். (அழகியல் (*Aesthetics*) என்பதே தத்துவத்தின் ஓர் உட்பிரிவுதான் என்பதை மறந்து விடக்கூடாது.)

நீங்கள் கேட்கலாம். அழகை ரசிப்பது என்றால் அவர் படங்கள் மட்டும் போதாதா? எதற்கு அவர் குறித்த செய்திகள்? போதாது என்பதே நேரடியான பதில். காரணம் புகைப்படம் பார்க்கும் போது நீங்கள் நுகர்வோர். அதை விரும்பும் போது நீங்கள் ரசிகர்.

அது பற்றி மேலும் தகவல் தேடும் போதுதான் அடியார். அவர் பற்றி அவரை விடவும் அதிகமாகத் தெரிந்து கொள்ள வேண்டும் என்ற உந்துதல் எழாமல் ஆராதனை சாத்தியம் இல்லை. அதுதான் பூரண சரணாகதி. கொண்டாடுதலின் உச்சம். ஆகவே, அவர் பற்றிய அறிவை வளர்த்துக் கொள்ள வேண்டும். சதா அது பற்றிய தேடுதல் உள்ளுக்குள் ஓட வேண்டும்.

உதாரணமாக நடிகை நடித்து வெளியான படங்களின் பெயர்கள், வெளியான ஆண்டு, அதில் அவர் பாத்திரத்தின் பெயர், அது எந்த ஓடிடியில் கிடைக்கிறது போன்ற தகவல்கள் எப்போதும் விரல் நுனியில் இருக்க வேண்டும். அப்புறம் அவர் நடித்துக் கொண்டிருக்கும் படங்கள், நடிப்பதாக வதந்தி வரும் படங்கள் பற்றிக் கூட அறிந்திருக்க வேண்டும். அவர் தோன்றும் விளம்பரங்கள் எவை எனத் தெரிந்திருக்க வேண்டும். அந்த ப்ராண்ட்களை விலை கொடுத்து வாங்க வேண்டும் - அது பவுடரோ, க்ரீமோ, சட்டையோ, தங்கமோ!

அவர் வென்ற விருதுகள், நாமினேட் செய்யப்பட்டு தவற விட்ட விருதுகள் பற்றித் தெரிய வேண்டும். அவரது படம் அட்டையில் போட்டு வந்த இதழ்கள், அவரது நேர்காணல் வந்த சஞ்சிகைகள் சேகரிக்க வேண்டும். அவர் பற்றிய தனிப்பட்ட தகவல்களை அறிந்திருக்க வேண்டும். உதா: பிறந்த நாள், பெற்றோர் பெயர், பூர்வீகம், பள்ளி, கல்லூரி, இனம், மதம், காதல், முறிவு, மணம், பிடித்த விஷயங்கள், அளித்த / பெற்ற பரிசுகள், பயன்படுத்தும் பொருட்கள், போய் வந்த சுற்றுலாத் தலங்கள், உடம்பில் குத்தியிருக்கும் டாட்டூக்கள் ...

இதில் பிறந்த நாள் என்ற விஷயம் முக்கியமானது. அன்று சிறப்பாக ஏதாவது செய்தே ஆக வேண்டும் என்பது விதி. உதாரணமாக அவரது நூறு நிழற்படங்களைச் சேகரித்துப் பகிர்வது, அவர் தோன்றும் அத்தனை திரைப்படப் பாடல்களையும் தொகுத்து யூட்யூபில் ப்ளேலிஸ்ட் போடுவது, அவரது பிறந்த நாளுக்கு அவரது படம் போட்ட கேக் வெட்டுவது என்று இப்படி மற்ற நாட்களை விடப் பிரத்யேகமாக ஏதாவது மெனக்கெட்டுச் செய்ய வேண்டும். இல்லையென்றால் பிறந்த நாளுக்கு என்ன மதிப்பு! அது ஒரு திருவிழா.

அவரை மிகப் பிடித்து விட்ட பின் அடுத்த கட்டத்தில் இதில்

உங்கள் அர்ப்பணிப்பை வெளிப்படுத்தும் வகையில் ஏதேனும் காரியத்தில் இறங்க வேண்டும். தினம் அவரைப் பற்றிச் செய்வது போல் ஏதாவது வேலை வைத்துக் கொள்ளலாம். உதாரணமாக அவரது புகைப்படம் ஒன்றைத் தினம் போட்டு அதற்குப் பொருத்தமான கவிதை சொல்லலாம் (சொந்தச் சரக்கோ கடன் பெற்றோ), அவரது புகைப்படத்தை இனிப்புப் பண்டத்துடன், ல்லது புள்ளினத்துடன், அல்லது புத்தக அட்டையுடன் ஒப்பிட்டு தொடர் வெளியிடலாம்.

இதில் எல்லாவற்றையும் விட மிக மிக மிக முக்கியமான விஷயம். இதெல்லாம் அந்த நடிகைக்குத் தெரியாமல் பார்த்துக் கொள்ள வேண்டும், தெரிந்த பின் இது எல்லாமே அவரை ஈர்க்கத்தான் செய்யப்படுகிறது என்றாகி விடும். அதில் இயல்பு இராது. கடவுள் மீதான பக்தி ஏன் அத்தனை உயர்வாகப் பார்க்கப் படுகிறது என்றால் அது பிரதிபலன் எதிர்பாராதது. ஒரு நடிகை மீதான ஆராதனையும் அந்த உயரத்தில் நிகழ வேண்டும்.

★

விலகுதல்

ஓர் அழகியை விலகுதல் என்பது மனம் நிறைய வலியுடன் மேற்கொள்ளப்படும் செயல். ஆனால் எல்லா அழகிகளுமே *Expiry Date* உடன்தான் வருவார்கள் என்பதே இயற்கையின் விதி - சில ஆண்டு முதல் பல வருடம் வரை எனக் கால நீளத்தில் வேறுபாடு இருக்கலாம்.

ஏன் விலகல்? ஓர் அழகியை நாம் ரசிப்பது அவளது அழகிற்காகவே. ஆகவே எப்போது அவள் அழகு குறைந்தவளாகத் தோன்ற ஆரம்பிக்கிறாளோ அப்போது விலகல் மெல்ல ஆரம்பிக்கிறது. ஓர் அழகி எப்போது நமக்கு அழகு குறைந்தவளாகத் தோன்றுவாள்?

நானறிந்த வரை இரு காரணங்களால்: 1) திருமணத்திற்குப் பின்போ பிரசவத்துக்குப் பிறகோ வயதாவதாலோ முக மாற்று அறுவை சிகிச்சையாலோ தோற்றப் பொலிவில் சரிவு உண்டாகும் போது. 2) அவரை விடவும் பேரழகியாக ஒருவர் தெரிய ஆரம்பிக்கும் போது. ஓர் உறையில் ஒரு வாள்தான் இருக்க முடியும். ஒரு சமயம் ஒருத்திதான் நமக்கு உலகப் பேரழகியாக இருக்க முடியும். அனு ஸிதாராவை அப்படித்தான் நீங்கினேன்.

மனதின் ரசனை இடும் கட்டளையை ஏற்று வலி மீறி விலகுவதைத் தவிர வழியில்லை. முந்தைய நம் கொண்டாட்டங்களை முன்னிட்டு இந்த விலகல் கேலிக்குள்ளாகக் கூடும். ஆனால் நாம் நம் மனசாட்சிக்கே விசுவாசமாக இருக்க வேண்டும். இன்றைய மாற்றம் முந்தைய சிலாகிப்புகளை ரத்து செய்து விடாது. அது அன்றைய நிஜம்; இது இன்றைய உண்மை! இதில் குற்றவுணர்வு கொள்ள ஏதுமில்லை. ரசித்தலின் ஒரு பகுதியே இதுவும்.

★

இப்படியாக ஓர் அழகியை ரசிப்பதை ஒரு காவியம் எழுதுவது போல் கலாப்பூர்வமாகச் செதுக்க வேண்டும். ஒரு குழந்தையைக் கொஞ்சுவதைப் போல் அது அளிக்கும் மகிழ்ச்சி அலாதியானது. அதன் பொருட்டு கொஞ்சம் கூடுதல் நேரம் அழிந்துபட்டால்தான் என்ன!

(நவம்பர் 2, 2022 மெட்ராஸ் பேப்பர் மின்னிதழ்: How To சிறப்பிதழில் வெளியானது)

23. மஜ்னு முதல் மாமாக் குட்டி வரை

காதல் - எத்தனை இனிமை ததும்பும் ஒரு சொல்! எவ்வளவு இன்ப மயமான ஒரு செயல்!

காதலின் ஆதார குணம் பரஸ்பரத் தன்மை. ஆனால் காதல் ஆணுக்கும் பெண்ணுக்கும் ஒரே மாதிரி அனுபவத்தை அளிக்கிறதா? ஆணின் காதலும் பெண்ணின் காதலும் ஒன்று போலவேதான் நமது சமூகத்தால் அணுகப்படுகிறதா? காதலில் இருக்கிறதா சமத்துவம்?

வரலாறு நெடுகிலும், புராணப் பக்கங்களிலும், இலக்கிய இடுக்குகளிலும் ஆண்களின் காதலானது கொண்டாடப்படாதது மட்டுமின்றி கண்டுகொள்ளப்படாதது மட்டுமல்லாது, கேலிக்கும் கிண்டலுக்கும் வசைக்கும் வெறுப்புக்கும் உள்ளாகியேதான் வந்திருக்கிறது.

ஆணின் காதல் என்பது அவனது இதர வெற்றிகளைக் காட்டி அடையும் ஒரு பரிசாகவே காலங்காலமாகவே இருந்து வருகிறது. இரண்டாமிடத்திலுள்ள ஒருவன் எப்படிப் பொன் பதக்கத்தை விரும்ப முடியாதோ, அதே போல் முதலிடத்தில் வந்த ஒருவன் ஒருபோதும் வெள்ளிப் பதக்கத்தைக் கனவு கண்டு விட முடியாது. அப்படி நடந்தால் அது ஒரு பிறழ்வு.

இன்னும் சொன்னால் ஆண்களின் காதல் என்பது பெண்களுடனான போராட்டம் மட்டும் அல்ல, சக ஆண்களுடனான போரும்தான். அவனது காதலுக்கு ஆண்களுமே எதிரிகளே.

ஆண் தான் காதலிக்க ஒரு பக்கம் ஆக மென்மையான கவிதைகளைப் புனைய வேண்டி இருக்கிறது; மறுபுறம் ஆகக் கொடூரமான வழிகளில் குருதி சிந்தவும் வேண்டி உள்ளது. பெண்கள் மீது உடல்ரீதியான வன்முறைகளை, பாலியல் குற்றங்களை இழைக்கும் அதே ஆண்தான் மறுபுறம் உயிருருகக் காதலிக்கவும் அதன்நிமித்தம் துயருறவும் செய்கிறான்.

அப்படி நாமறிந்த சில ஆண்களுக்குப் பின் இருக்கும் அரிதான காதலைப் பார்ப்போம்.

(இலக்கியமோ திரைப்படமோ மக்களின் வாழ்விலிருந்து பாதிப்பை எடுத்துக் கொண்டு திரும்ப மக்களின் வாழ்விலேயே செல்வாக்கு செலுத்துகிறது. எனவே நிஜமாக வாழ்ந்த காதலர்களுடன் மனிதக் கற்பனையில் உதித்த காதலர்களும் இப்பட்டியலில் உண்டு.)

★

(1)

மஜ்னுவின் காதலிலிருந்தே ஆரம்பிக்கலாம். அவன் ஏழாம் நூற்றாண்டு அரபுப் பழங்குடி. காஸ் இபின் அல்-முலவ்வா என்பதே அவனது அசல் பெயர். பள்ளிப் பருவத்திலேயே உடன் படித்த லைலா அல்-ஆமிரியா என்பாளைக் காதலிக்க ஆரம்பித்தான். பித்தேறி அவளது அழகை வர்ணித்துக் கவிதைகள் எழுதினான். அவளை ஈர்க்க அவற்றைத் தெரு முனைகளில் நின்றுக் கூவி வாசித்தான். அவனை எல்லோரும் மஜ்னு(ன்) என அழைக்க ஆரம்பித்தனர். அரபியில் அதற்குப் 'பைத்தியம்' என்று பொருள். அவள் விழுந்தாள்.

ஆனால் அவளது பெற்றோருக்கு பைத்தியம் என்றழைக்கப்படும் அவனுக்கு அவளை மணம் முடித்துத் தர விருப்பமில்லை. அவர்களைப் பிரித்து அவளுக்கு வேறு கல்யாணம் செய்து வைத்தனர். மனம் உடைந்த மஜ்னு பாலைவனத்துள் புகுந்தான். மிருகங்களுடன் வாழத் தொடங்கினான். அங்கும் மணலில் குச்சி வைத்து லைலா பற்றிக் கவிதைகள் எழுதினான். இதைக் கண்டு சகியாத அவன் தந்தை அவனது காதல் பித்தினை ஒழிக்க காபா

என்ற புனிதத் தலத்துக்கு அழைத்துச் சென்றபோது லைலாவின் மீதான காதல் இன்னும் நூறு மடங்கு பெருக வேண்டும் என இறையிடம் வேண்டிக் கொண்டான் மஜ்னு.

மறுபக்கம் லைலா கணவனை நெருங்க விடவே இல்லை. நிராகரிப்பின் வலியிலேயே அவன் செத்துப் போனான். அதன் பிறகு லைலாவைச் சந்திக்கப் பல வாய்ப்பிருந்தும் மஜ்னு பாலைவன வாசத்தை விடுத்து அவளை வந்து சந்திக்கவே இல்லை. (கதையின் ஒரு வடிவில் லைலா அவனைத் தேடிப் போய்ச் சந்திந்த போதும் கூட அவன் அவளைத் தொடவே இல்லை என்று இருக்கிறது.) லைலா அந்தத் துக்கத்திலேயே உளம் வெதும்பி நோய் கண்டு இறந்தாள். செய்தி அறிந்து பாலைவனத்தை விடுத்து நகருள் நுழைந்த மஜ்னு அவளைப் புதைத்த சமாதியின் அருகிலேயே படுத்து அழுதே உயிர்விட்டான்.

மரணத்தில்தான் மஜ்னுவும் லைலாவும் சேர்ந்தார்கள். இருவரும் இறுதிவரை தொட்டுக் கொள்ளவே இல்லை. எது மஜ்னுவை அப்படிப் பிடிவாதமாக இருக்க வைத்தது? ஆன்மீகக் காரணங்கள் சொல்கிறார்கள். காதலின் மிகப் பரிசுத்தமான வடிவம் அது என்கிறார்கள்.

ஆனால் அது ஆணுக்கான பிரத்யேகத் திமிரின் துயர் என்றே எனக்குத் தோன்றுகிறது.

★

(2)

அடுத்தது ரோமியோவும் ஜூலியட்டும். இது ஷேக்ஸ்பியரின் நாடகம். மான்டேக் மற்றும் கேப்புலெட் என்ற இரண்டு இத்தாலிய அதிகாரக் குடும்பங்களுக்குள் பல காலமாக, பல முறை ரத்தம் சிந்திய ஜென்மப் பகை. ரோமியோ மான்டேக் குடும்பத்தைச் சேர்ந்தவன். ஜூலியட் கேப்புலட் குடும்பத்தில் ஒருத்தி. ஒரு முறை ரோமியோ உள்ளிட்ட மாண்டேக் குடும்ப இளைஞர்கள் சிலர் கேப்புலெட் குடும்பத்தில் ஒரு விருந்து நடப்பதை அறிந்து அதற்குள் ஊடுருவுகின்றனர். அங்கு அவர்கள் நுழைவதன் நோக்கமே ரோமியோ தான் காதலிக்கும் ரோஸ்லின் என்ற பெண்ணைச் சந்திப்பதே. மறுபக்கம் விருந்து நடப்பதே ஜூலியட்டுக்கு மணம் முடிக்க அவள் தந்தை மாப்பிள்ளை பார்த்திருப்பதன் நிமித்தமே.

ஆனால் அந்த விருந்தில் விபத்தாக ரோமியோவும் ஜூலியட்டும் சந்தித்துக் கொள்ள, முதற் பார்வையிலேயே இருவருக்கும் காதல் பற்றிக் கொள்கிறது. அதற்குள் மான்டேக் இளைஞர்கள் கண்டறியப்பட்டு அங்கிருந்து வெளியேற்றப்படுகிறார்கள். அன்று இரவே மாளிகையின் உப்பரிகை வழி ஜூலியட்டின் படுக்கை அறைக்குள் நுழைந்து காதலைச் சொல்கிறான் ரோமியோ. மறுநாள் இருவரும் ரகசிய மணம் செய்து கொள்கிறார்கள்.

ரோமியோ அன்றிரவு அவளைத் திறக்கிறான். இனித்த உடலுடன் ஜூலியட் வீட்டுக்குத் திரும்புகிறாள். மறுநாள் நடக்கவிருந்த ஜூலியட்டின் திருமணம் அவளது சகோதரனை ரோமியோ ஒரு தெருக் கைகலப்பில் கொன்றதால் ஒரு நாள் தள்ளிப் போடப்படுகிறது.

ஜூலியட் கல்யாணத்திலிருந்து தப்பிக்க அவளுக்கு ரகசியத் திருமணம் செய்து வைத்த பாதிரியார் ஒரு யோசனை சொல்கிறார். அவர் அவளுக்கு மயக்கமூட்டும் ஒரு மருந்தை அளிப்பார். அவள் இறந்தது போல் நடிக்க வேண்டும். சமாதி செய்ததும் ரோமியோ வந்து அவளை மீட்டு இருவரும் சேர்வது. திட்டப்படி அவள் இறந்தது போல் நாடகமாட சமாதி செய்யப்படுகிறாள். ஆனால் அவளை மீட்க ரோமியோ வர வேண்டும் என்று பாதிரியார் அனுப்பிய தகவல் ப்ளேக் தொற்று காரணமாகப் போய்ச் சேரவில்லை. மாறாக, அவள் இறந்த செய்தி அவனைச் சேர்கிறது. அவள் சமாதிக்கு வருகிறான் ரோமியோ. அங்கே அழுது கொண்டிருந்த ஜூலியட்டின் மாப்பிள்ளையைக் கொன்று, தானும் விடமருந்தி உயிர் விடுகிறான். பாதிரியார் வந்து ஜூலியட்டை மீட்க, மயக்கம் தெளிந்து எழுந்தவள் விஷயமறிந்து சமாதியை விட்டு வர மறுத்துத் தற்கொலை செய்து கொள்கிறாள். அங்கு வந்த இரு பகையாளிக் குடும்பங்களும் அத்துயரின் மேல் சமாதானம் கொள்கின்றன.

மிகச் சுலபமாக, மிகச் சுபமாக முடிந்திருக்க வேண்டிய எளிய காதல் கதை. ஆனால் ஆண்களுக்கு மத்தியிலான பகையே ரோமியோவின் காதலைக் கொன்றது. ஆண் தன் காதலை நிலை நாட்ட தொடர்ந்து போராடிக் கொண்டே இருக்க வேண்டியிருக்கிறது. அஃதில்லை என்றாகும் போது அவன் தன்னைத் தானே மாய்க்கவும் தயங்குவதில்லை.

★

(3)

கிரேக்க புராணத்தில் ஒரு காதல் கதை இருக்கிறது. பாரிஸ் - ஹெலன். பாரிஸ் ட்ராய் நகரில் வாழ்ந்த இளவரசன். ஹெலன் ஸ்பார்டா நகரில் வாழ்ந்த மெனெலெளஸ் என்ற அரசனின் மனைவி. பாரிஸ் ஒரு முறை ஸ்பார்டா நகருக்கு விருந்தாளியாக வந்த போது ஹெலன் அழகில் அவள் மீது மோகம் கொள்கிறான். அப்படிப் பிறனில் விழையுமளவு நிகரற்ற உயரழகு வாய்த்தவள்தான் ஹெலன். அவளுக்கும் பாரிஸின் மேல் காதல் உண்டாகிறது. பாரிஸ் ஹெலனை ட்ராய்க்குத் தூக்கிச் செல்கிறான். மெனெலெளஸ் சினமுற்று, தன் சகோதரன் உதவியுடன் ஆயிரம் கப்பல்களில் படைகளுடன் போய் ட்ராய் நகர் மீது போர் தொடுக்கிறான். (ஹெலனை "*the face that launched a thousand ships*" என்றுதான் வரலாறு வர்ணிக்கிறது.) ஆனால் ட்ராய் வலுவான கோட்டை என்பதால் பல்லாண்டு தாக்குப் பிடிக்கிறது. பாரிஸ் ஹெலனை ஒப்படைக்க மறுத்து விடுகிறான்.

இறுதியில் பிரம்மாண்ட மரக் குதிரையில் பரிசுப் பொருட்களை அனுப்பிச் சமாதானம் செய்வதாக மெனெலெளஸ் அனுப்பியதை நம்பி கோட்டைக் கதவுகள் திறக்கப்பட, மரக் குதிரை உள்ளே நுழைகிறது. அதில் ஒளிந்திருந்த வீரர்கள் இரவில் வெளியே வந்து ட்ராய் நகரைத் தாக்கத் தொடங்குகிறார்கள், கோட்டைக் கதவுகளைத் திறந்து விடுகிறார்கள். சில நாட்களிலேயே ட்ராய் வீழ்கிறது. பாரிஸ் கொல்லப்படுகிறான். ஹெலன் மறுபடி மெனெலெளஸ் மனைவியாகி ஸ்பார்டா நகருக்குத் திரும்புகிறாள். பெண் மீதான காதலின் நிமித்தம் ஒரு போர் நடந்து ஒருவன் செத்து ஒரு நகரம் அழிக்கப்படுகிறது.

ஹோமரின் இலியட் மற்றும் ஒடிஸி காவியங்களில் இந்தக் கதை சொல்லப்படுகிறது. நம் ராமாயணத்தை இதனுடன் இணை வைக்கலாம். இங்கும் சீதையின் பொருட்டே ராமன் இலங்கை மீது போர் தொடுத்து அழிக்கிறான்; ராவணனை வேரறுக்கிறான்.

இதில் பாரிஸ், மெனெலெளஸ் ஆகிய இரண்டு ஆண்களில் யாரேனும் ஒருவர் போய்த் தொலைகிறது என ஹெலனை விட்டுக் கொடுத்திருக்கலாம். ஆனால் செய்யவில்லை.

ஆணுக்குக் காதல் என்பது தன் பலத்துக்கும் அதிகாரத்துக்கும்

கிடைக்கும் அங்கீகாரம். ஆக, அதன் பரிசான காதலியை மற்றொருவன் அபகரித்துச் செல்வது என்பது அவனது தன்முனைப்புக்கு விடுக்கப்படும் சவால். அதனால்தான் இப்படி முட்டாள்தனமான லாப நஷ்டக் கணக்கு கொண்ட யுத்தங்களை அவன் வரலாறெங்கும் நிகழ்த்தி இருக்கிறான். அரசன் என்றால் போர் நிகழும். சாதாரணன் அவனளவில் இதே போல் போராடுகிறான்.

ஆண் மரித்தே போனாலும் காதலை மீட்கவே முனைவான். அவனது பிறவிச் சாபம் அது.

(4)

12ம் நூற்றாண்டில் வாழ்ந்த கவிச்சக்ரவர்த்தி கம்பரின் மகன் அம்பிகாபதி. அப்போது நாட்டை ஆண்டிருந்த இரண்டாம் குலோத்துங்கச் சோழனின் மகளான அமராவதி மீது அவனுக்குக் காதல். அம்பிகாபதியும் நல்ல கவி. அதனால் இயல்பாகவே அமராவதிக்கு அவன் மீது காதல் வந்தது. சொற்களும் வெட்கமுறும் வண்ணம் அமராவதியின் அழகை அம்பிகாபதி பாடல்களாக வடித்துக் கொண்டே இருந்தான். அரசனுக்கு இது தொடர்பாக சந்தேகம் எழ, அவன் கம்பரையும் அவரது மைந்தனையும் அரண்மனைக்கு விருந்துக்கு அழைத்தான். அங்கே அமராவதியின் பேரெழில் கண்டு நிலை தடுமாறிய அம்பிகாபதி அவளை வர்ணித்து ஒரு பாடலைப் பாட ஆரம்பித்தான். குலோத்துங்கன் கடும் கோபம் கொள்ள, சூழலைச் சமாளிக்க கம்பர் அப்பாடலை சரஸ்வதி தேவி மீது பாடி முடித்தார்.

அன்றைக்கு அம்பிகாபதியின் தலை தப்பித்தாலும் தும்மலும் காதலும் அப்படி அடக்கி வைத்து விட முடியுமா என்ன! ஒரு நாள் விஷயம் வெளியே வந்தது. சினத்தின் உச்சத்தில் மன்னன் அம்பிகாபதிக்கு மரண தண்டனை விதித்தான். கம்பர் கண்ணீருடன் கருணை கோரி நின்றார். ஒட்டக்கூத்தர் ஆலோசனைப்படி அம்பிகாபதி காதல் கலவாத பக்திப் பாடல் நூறு பாடிக் காட்டினால் அவனை மன்னித்து விடுவதாக அறிவித்தான் மன்னன்.

அம்பிகாபதியின் திறனுக்கு அச்சவால் பிள்ளை விளையாட்டு. மறுநாள் அவை கூடியது. அமராவதி ஒரு திரைக்குப் பின்

அமர்ந்து நடப்பதைக் கவனித்திருந்தாள். அம்பிகாபதி பாட ஆரம்பித்தான். அமராவதி ஒவ்வொரு பாடலாக எண்ணிக் கொண்டே இருந்தாள். நூறு பாடல் பாடி முடித்ததும் அவள் உற்சாகமாக திரையை விலக்கி அம்பிகாபதி முன் வந்து நின்றாள். அவளது நல்வனப்பைக் கண்டு வெறியேறிய அம்பிகாபதி உடனே ஒரு காதல் பா இசைத்தான். அவ்வளவுதான் ஒட்டக்கூத்தர் அவன் தோற்றதாக அறிவித்தார்.

ஏனெனில் அம்பிகாபதி பாடிய முதற்பா கடவுள் வாழ்த்து. அது பாடல் கணக்கில் வராது. எனவே அவன் அது வரை 99 பக்திப் பாடல்கள் மட்டுமே பாடியிருந்தான். இதை அறியாத அமராவதி அவன் முன்பு தோன்றி, அவனது கவனத்தைச் சிதற வைத்து தொடர்ச்சியை அறுத்து விட்டாள். சோழக் கோ அம்பிகாபதிக்கு மரண தண்டனை நிறைவேற்றினான். கம்பர் மனமுடைந்து நாட்டை விட்டு வெளியேறினார். சிறிது காலத்தில் அமராவதியும் துயரில் உழன்றே செத்துப் போனாள். காதலர்கள் வழமை போல் மரணத்தில் சேர்ந்தனர்.

பெண்ணின் அவசரத்துக்கும் சேர்த்து ஆணே காதலில் தண்டனையை அனுபவிப்பதை இதில் கவனிக்கலாம். அவனது போராட்டம் உலகோடு மட்டுமல்ல, காதலியோடும்தான்.

★

(5)

16ம் நூற்றாண்டில் அம்பிகாபதி - அமராவதி கதைக்கு நேர் எதிரான ஒரு கதை உண்டு. அன்றைய முகலாய சாம்ராஜ்யத்தில் அக்பர் அரசனாக, (பிற்பாடு ஜெஹாங்கீர் எனப் புகழ் பெற்ற) சலீம் இளவரசனாக இருந்தார்கள். லாஹூரைச் சேர்ந்த புத்திசாலிப் பெண் ஷர்ஃப்-உன்-நிசா அக்பரின் அரசவையில் இடம் பெற்றிருந்தாள். அவளுக்கு இன்னொரு பெயர் அனார்கலி. அப்போது அலுவல் நிமித்தம் தேச இளவரசனுடனும் பழக வேண்டிய சூழல் அமைந்த போது சலீமுக்கும் அனார்கலிக்கும் காதல் முகிழ்த்தது. மனதைக் கடந்து உடலுக்கும் விரைவிலேயே தாவியது. விஷயம் பேரரசன் அக்பர் காதுகளுக்குச் சென்றது.

அக்பரின் எச்சரிக்கைகள் ஏதும் சலீமின் காதில் விழவில்லை. எல்லாம் காதல் படுத்தும் பாடு. சலீம் தன்னைப் புராதன அரேபியத்தின் மஹா காதலனான மஜ்னு என்றே கருதிக்

கொண்டான். அனார்கலியின் மீது காதலை அளவின்றிப் பொழிந்தான். அக்பருக்கு வேறு வழி இல்லை. சலீம் இல்லாத சமயம் அக்பரின் ஆணைப்படி அனார்கலியைச் சுற்றி நால் புறமும் நெருக்கமான சுவர் எழுப்பி காற்றுப் புகாமல் மூடினார்கள். உயிருடன் சமாதி.

விஷயமறிந்து சலீம் அங்கே வந்து சேர்வதற்குள் அவள் செத்துப் போனாள். அதற்கு சலீம் எப்படி எதிர்வினை ஆற்றினான் என்பது பற்றி வரலாற்றில் குறிப்புகள் இல்லை. ஆனால் அதன் பிறகு அனார்கலி சமாதி இருந்த இடத்தில் ஒரு நினைவு மாளிகை எழுப்பினான். அது இன்றும் லாஹூரில் காற்றுடன் மௌனக் காதல் கதைகள் சொல்லியபடி நிற்கிறது.

அதன் பிறகு சலீம் பேரரசனாகி நன்கு நாடாண்டான். புகழ் பெற்ற அரசி நூர் ஜஹான் உள்ளிட்ட பலரை மணம் செய்து கொண்டான். ஆனால் அவை யாவும் புற வரலாறுதாம். அகத்தில் ஒரு பெண்ணின் மரணத்துக்குத் தன் காதல் காரணமாகி விட்டதை எண்ணி ஆயுள் முழுக்கக் குற்றவுணர்வுடனே வாழ்ந்து மடிந்திருப்பான். கற்பனைக்கெட்டாத சர்வாதிகாரம் கொண்ட தன் தகப்பனை ரகசியமாக வெறுத்திருப்பான். அவளற்ற வெறுமையில் திணறியிருப்பான். யோசித்துப் பார்த்தால் இதிலுமே ஆண்தான் பலி.

அனார்கலியின் கல்லறை மீது ‘மஜ்னு சலீம் அக்பர்’ என்ற பெயரில் எழுதப்பட்டுள்ள வரி:

“என் காதலியின் முகத்தை இன்னொரு முறை நான் கரத்தில் ஏந்த முடிந்தால்

கடவுளுக்கு நான் செத்து உயிர்த்தெழும் வரை நன்றியுடைவனாயிருப்பேன்.”

செத்தவளுக்கு ஒரு நாள் வேதனையோடு போனது. இருப்பவனுக்குத் தினமும் ரணம்.

★

(6)

இதே போல் இன்னொரு துன்பியல் கதை ஆன்டணியும் க்ளியோபாட்ராவும். இதையும் ஷேக்ஸ்பியர் நாடகமாக்கி

இருக்கிறார் என்றாலும் இது உண்மையில் நடந்த வரலாறு. க்ளியோபாட்ராவுக்கு ஏராளம் கணவர்கள் காதலர்கள் உண்டு என்றாலும் மனித குலம் ஆன்டணியை மட்டுமே அவளது காதலன் என்று நினைவில் கொள்ளக் காரணம் உண்டு.

க்ளியோபாட்ரா கிறிஸ்து பிறப்பதற்கு ஐம்பதாண்டுகள் முன் எகிப்தில் வாழ்ந்த பேரரசி. அன்றைய தேதியில் உலகப் பேரழகி. *"The nose of Cleopatra: if it had been shorter, the whole face of the earth would have changed"* என்று 17ம் நூற்றாண்டு ஃப்ரெஞ்சு தத்துவ ஞானி ப்ளைஸ் பேஸ்கல் அவளது மூக்கு குறித்து எழுதினார். ஆண்கள் அவளை அடையத் துடித்தனர்.

தன் தந்தை மறைவுக்குப் பின் தனது சகோதரர்கள் இருவரையும் மணம் செய்து நாட்டை ஆட்சி செய்தவள். அதே சமயத்தில் ரோம் மன்னன் ஜூலியஸ் சீஸருடன் காதல் உறவில் இருந்து குழந்தை பெற்றவள். சீஸர் எதிரிகளால் கொலை செய்யப்பட்ட பின் அவரிடம் தளபதிகளாக இருந்த மார்க் ஆன்டணியும் மார்கஸ் ஏமிலியுஸ் லெபிடஸும் சீஸரின் வளர்ப்பு மகனான ஆக்டேவியன் சீஸரும் அதிகாரத்தைப் பங்கு போட்டுக் கொண்டனர். ரோம் ராஜ்யத்தின் கீழிருந்த எகிப்தைக் கவனிக்கும் பொறுப்பு ஆன்டணிக்கு வந்தது. அவர் அங்கிருந்த ஏழாம் க்ளியோபாட்ராவையும் சேர்த்தே கவனித்துக் கொண்டான்.

ஆன்டணிக்கு க்ளியோபாட்ரா தன் போர்ப் படைகளின் ஆதரவை நல்கினாள். பதிலுக்கு அவளுக்குத் தொந்தரவாக இருந்த அவளது சகோதரி ஒருத்தியைக் கொன்றழித்தான் ஆன்டணி. இருவரும் எகிப்தின் அலெக்ஸாண்ட்ரியா நகரில் இரவு பகல் பாராது, புறச் சூழல் பற்றிய கவலைகள் இல்லாது காதல் பறவைகளாகத் திரிந்ததற்குச் சான்றுகள் இருக்கின்றன.

இடையே ஆன்டணிக்கும் ஆக்டேவியனுக்கும் உரசல்கள் எழுந்தன. அதைச் சரி செய்ய ஆக்டேவியனின் தங்கையை ஆண்டனி மணந்தான். அதே சமயம் க்ளியோபாட்ராவின் உறவும் தொடர, அவர்களுக்குக் குழந்தைகள் பிறந்தது ஆக்டேவியனுடனான பகையை அதிகரித்தது. அதன் உச்சமாக ஆன்டணி க்ளியோபாட்ராவை அதிகாரப்பூர்வமாகத் திருமணம் செய்து கொண்டு ஆக்டேவியனின் தங்கையுடனான திருமணம் உறவை முறித்து அவளைத் திருப்பி அனுப்பினான். கடுப்பான

ஆக்டேவியஸ், ஆன்டணியை ரோமின் துரோகி என அறிவித்து க்ளியோபாட்ரா மீது போர் தொடுத்தான். யுத்தத்தில் தோல்வியுற்ற ஆன்டணியும் க்ளியோபாட்ராவும் எகிப்துக்குத் தப்பித்து ஓடினார்கள்.

ஆக்டேவியன் எகிப்துக்கும் அவர்களைத் தேடி வந்தான். அங்கே இருவரும் வெவ்வேறு இடங்களில் ஒளிந்திருந்தார்கள். க்ளியோபாட்ரா தற்கொலை செய்து இறந்ததாக வந்த தவறான செய்தியை நம்பிய ஆன்டணி வாளின் மீது பாய்ந்து தானும் சாக முயன்றான். உயிர் போய்க் கொண்டிருக்கையில் க்ளியோபாட்ரா உயிருடன் இருப்பதை அறிந்து கொண்டான் ஆன்டணி. அவனது நண்பர்கள் அவனை க்ளியோபாட்ரா ஒளிந்திருந்த இடத்துக்குத் தூக்கிச் செல்ல, அவளது மடியில் கிடந்து உயிர் துறந்தான் ஆன்டணி.

ஆக்டேவியினால் அவமானப்படுத்தப்படுவோம் என்று அஞ்சிய க்ளியோபாட்ரா ஒரு கொடிய விடமுடைய நாகத்தைத் மார்பில் கொத்த விட்டு இறந்தாள் என்கிறார்கள். அவள் ஆக்டேவியனையும் மயக்க முயன்று தோற்றதாலேயே இறந்தாள் என்று ஒரு வடிவமும் உண்டு. ஆன்டணி - க்ளியோபாட்ரா ஆகிய இரண்டு பெருந்தடைகளும் நீங்கியதால் ரோம் சாம்ராஜ்யத்தின் எதிர்ப்பற்ற ஒற்றை அரசனானன் ஆக்டேவியன்.

க்ளியோபாட்ராவின் காதலர்களில் ஆன்டணி ஏன் தனித்துவமானவன்? அவன் மட்டுமே அவளுக்காக உயிரை விட்டான். ஆண் போரில் தோற்று நாட்டை விட்டோடிய போதும் கலங்காதவன். ஆனால் காதலி செத்ததாகச் செய்தி கேட்ட கணம் வாழ்வு வெறுத்தான்.

ஆண்கள் காதலின் பொருட்டு உணர்ச்சி வசப்படும் தருணங்களும் இவ்வாறு உண்டு.

★

(7)

*1997*ல் வெளியான திரைப்படமான *Titanic* ஆண் காதலின் மற்றொரு பரிமாணத்தைக் காட்டுகிறது. தியாகம். *1912*ல் டைட்டானிக் என்ற பிரம்மாண்ட சொகுசுக் கப்பலில் ரோஸ் என்ற பெண்ணும்,

அவளுக்கு நிச்சயம் செய்திருக்கும் பெரும்பணக்காரனான கேல்டனும், அவளது தாயும் கிளம்புகின்றனர். அத்திருமணம் தங்களைக் கடனிலிருந்து மீட்கும் என்பது அந்த அம்மாளின் நம்பிக்கை. ரோஸுக்கு அதில் விருப்பமில்லை. அதே கப்பலில் ஜேக் என்ற இளைஞனும் சூதாட்டத்தில் மூன்றாம் வகுப்பு டிக்கெட் ஜெயித்து நுழைகிறான். ரோஸ் விரக்தியில் கப்பலிலிருந்து குதித்து தற்கொலை செய்யப் போகும் போது ஜேக் காப்பாற்றுகிறான். அவர்களுக்குள் நட்பும், சீக்கரம் காதலும் உண்டாகிறது.

ஜேக் ரோஸை நிர்வாணமாக வரைகிறான். அவளுடன் கலவி கொள்கிறான். அப்போது கப்பல் பெரிய பனிப்பாளத்தில் மோதிச் சேதமுறுகிறது. கேல்டன் ரோஸில் நிர்வாண ஓவியத்தைப் பார்த்து சினத்தில் ஜேக்கைக் கப்பலில் ஓர் அறையில் விலங்கிட்டு சிறை செய்கிறான். கடல் நீர் புக, கப்பல் மூழ்க ஆரம்பிக்கிறது. அதில் ஆபத்து காலப் படகுகள் அதிகமில்லை என்பதால் பெண்களும், குழந்தைகளும், சில பணக்காரர்களும் இருக்கும் சொற்ப படகுகளில் கடலில் இறக்கப்படுகிறார்கள். ரோஸ் படகேறப் போகும் தாயையும் கேல்டனையும் விட்டு விலகி ஜேக்கைத் தேடிப் போகிறாள். அவனை விடுவிக்கிறாள்.

ஜேக்கும் ரோஸும் பெரும் சிரமத்திடையே தப்பிக்க முனைகையில் கப்பல் இரண்டாக உடைந்து மொத்தமும் மூழ்குகிறது. ஜேக் ரோஸை ஒரு மரப் பலகை மீது ஏற்றுகிறான். அவனும் உடன் ஏற இடமில்லை என்பதால் உறையும் குளிருடைய கடல் நீரில் அவன் அவளைப் பற்றியபடி மிதந்து இறந்து கடலுக்குள் போகிறான். உயிர் காக்கும் படகு ஒன்று வெகுநேரம் கழித்து வந்து ரோஸை மீட்கிறது. ரோஸ் இறுதி வரை திருமணம் செய்யாமல் ஜேக்கின் மனைவி என்ற அடையாளத்துடனேயே வாழ்ந்து முடிக்கிறாள்.

இது மேலே பார்த்த சலீம் அனார்கலி கதைக்குத் தலைகீழானது. இங்கே காதலி தன் காதலனை நினைத்தபடி ஆயுள் முழுக்கத் தனித்தே வாழ்ந்து மரிக்கிறாள். ஆனால் இங்கே கவனிக்க வேண்டிய அம்சம் வேறொன்று. ஆண் பலவான். எப்படிக் கப்பல் மூழ்குகையில் உயிர் பிழைக்க பெண்களுக்கு முக்கியத்துவம் அளிக்கப்படுகிறதோ அப்படி இருக்கும் ஒரு மரப் பலகையில் காதலன் ஏறாமல் காதலிக்கு விட்டுத் தருவதே அறமும் காதலும். அப்படித்தான் ஒரு காதலன் நடந்து கொள்ள முடியும். தன் உயிரைக் கொடுத்தேனும் காதலியின் உயிரைக் காக்க வேண்டும்

என்பது எழுதப்படாத ஆனால் பரவலாக ஏற்கப்பட்ட விதி. அவனுக்கும் ஒரு பலகை இருந்திருக்கலாம் என்று நமக்குத் தோன்றுமே ஒழிய, அவளுக்கு பதில் அவன் மரப் பலகையில் ஏறிப் பிழைத்திருக்கலாம் என்று தோன்றவே செய்யாது. அப்படித்தான் மனித இனம் பயிற்றுவிக்கப்பட்டிருக்கிறது.

ஆண் காதலில் தியாகம் செய்யச் சித்தமாக இருக்க வேண்டும், தன் உயிரையும் கூட.

★

(8)

*1956*ல் தி. ஜானகிராமனால் எழுதப்பட்ட மோக முள் நாவல் மற்றுமொரு கோணத்தைத் தருகிறது. சுதந்திரத்துக்கு முந்தைய காலகட்டத்தில் தஞ்சையில் நிகழும் கதை. பாபு கர்நாடக சங்கீதத்தில் ஆர்வம் மிக்க, இருபது வயதைத் தொடும் பிராமண இளைஞன். யமுனா அவளை விட பத்து வயது அதிகம் கொண்ட மராட்டியப் பூர்வீகம் கொண்டவள்.

பால்யத்திலிருந்தே யமுனாவுடன் பழகி வரும் பாபுவுக்கு வயது வரும் போது அவளது அழகு மனதில் மோகத்தை எரியச் செய்கிறது. விபத்தாக பக்கத்து வீட்டுக் கிழவனின் இளம் மனைவியுடன் கூடி விடுகிறான். அதுதான் யமுனா மீதான காதலை அவனுக்கு உணர்த்துகிறது. அவள் கடவுள் போல் தோன்றுகிறாள். அவளுக்கு துரோகம் செய்து விட்டதாகத் தோன்றுகிறது. அவளிடம் எல்லாவற்றையும் சொல்கிறான். சமூகத்தைக் காட்டி இது பொருந்தாக் காதல் என்று சொல்லி நிராகரித்து ஊரை விட்டுப் போகிறாள்.

அந்தத் துயரிலிருந்து வெளிவரும் உத்தேசத்தில் வெறியுடன் கர்நாடக இசை கற்கத் தொடங்கி அதில் முன்னேற்றம் காண்கிறான். எட்டாண்டுகள் கழித்து யமுனாவைச் சென்னையில் சந்திக்கிறான். வறுமை அவள் இளமையைக் குலைத்து விட்டிருந்தது. அப்போதும் யமுனா திருமணம் செய்து கொள்ளவே இல்லை. பாபுவுக்குத் தன்னைத் தருகிறாள். கலவி முடிந்ததும் பாபுவிடம் “எல்லாம் இதற்குத்தானா?” என்று கேட்கிறாள். பாபுவிடம் அதற்குப் பதில் இல்லை. “இதற்குத்தான்” என்று அவளே பதில் சொல்கிறாள்.

அதன் பிறகும் அவர்கள் சேர்ந்து வாழ்வதில்லை. அவ்வளவுதான்

அவர்களின் உறவு. பாபு இனி அவன் வழியைப் பார்த்துக் கொண்டு ஒரு வாழ்க்கையை மேற்கொள்ள வேண்டும்.

இதில் கவனித்தால் ஆண் இந்தக் காதலில் தன் காதல் அல்லது காமம் சார்ந்து எந்த முடிவையும் எடுப்பதே இல்லை என்பது விளங்கும். பெண்ணே வழி நடத்துகிறாள். கிழவரின் இளம் மனைவியுடன் பாபு கூட நேர்ந்ததும் அவளது முடிவுதான். இறுதியில் யமுனாவுடன் புணர நேர்ந்ததும் அவளது முடிவே. பாபு இதில் வெறும் உடல் மட்டுமே. தொடர்ந்து காமத்தைக் கையில் பிடித்துக் கொண்டு அலைவது மட்டுமே அவனுக்கு விதிக்கப்பட்டிருக்கிறது. காதலோ காமமோ முடிவுகளைப் பெண்களே எடுக்கிறார்கள்.

யமுனா பாபுவுக்குத் தன் உடலை ஒப்புவிக்கும் இடத்தில் நிகழும் உரையாடல் இது:

"எனக்கு நீதான் வேணும்."

"சரி எடுத்துக்கோ..."

"அன்னிக்கி நான் கேட்டேனே?"

"அப்ப எனக்கு மனசு இடங்கொடுக்கவில்லை. இப்ப உயிரில்லாமல் கிடக்கும் போது போனால் போறது என்று தோன்றுகிறது."

"உயிரில்லா பொருளையா என்னிடம் கொடுக்கிறாய்?"

"நீ உயிர் கொடேன்."

போனால் போகிறது என்றுதான் யமுனா சம்மதிக்கிறாள். அதில் காமம் பெறும் சுயநலம் இருக்கிறது. அதற்காக மற்றவரிடம் போகாமல் பாபுவைத் தேர்ந்தெடுப்பதில் அவளது காதல் துலங்கத்தான் செய்கிறது. ஆனால் பாபு இதில் வெறும் பகடைக்காய்தானே!

காதலில் ஆயுள் முழுக்க பெண்களால் அலைக்கழிக்கப்படுவதே ஆண்களின் விதி.

★

(9)

2018ம் ஆண்டு வெளியான 96 படத்தை இதன் இன்னோர் உதாரணமாகக் கொள்ளலாம்.

பள்ளிக் காலத்தில் ராமும் ஜானுவும் சொல்லிக் கொள்ளாமலே காதலிக்கிறார்கள். சூழல் அவர்களைப் பிரிக்கிறது. கல்லூரிக் காலத்தில் ஜானுவைத் தேடி வரும் ராம் ஒரு சிறிய குழப்பத்தில் ஜானுவுக்குத் தன் மீது விருப்பமில்லை என்று எண்ணிக் கொள்கிறான். அவளைத் தொந்தரவு செய்யாமல் விலகுகிறான். ரகசியமாக அவள் திருமணத்துக்குச் சென்று காண முடியாமல் ஓடி வருகிறான். பிற்பாடு இருபதாண்டுகள் கழித்து பள்ளி ரீயூனியனில் ராமும் ஜானுவும் சந்திக்கிறார்கள். ராம் மாறவே இல்லை. அவன் காதலும்.

ஜானு திருமணமாகிக் குழந்தை பெற்றவள். காமத்தின் சாயை சிறிதுமின்றி அவ்விரவை அவர்கள் ஒன்றாகக் கழிக்கிறார்கள். ராம் திருமணம் செய்து கொள்ளாதது மட்டுமின்றி, இன்னும் கன்னித்தன்மை இழக்காது இருக்கிறான் என்பதை ஜானு புரிந்து கொள்கிறாள். குற்ற உணர்வில் அவன் திருமணம் செய்து கொள்ள வேண்டும் என வற்புறுத்துகிறாள். அழுது விடை பெறுகிறாள். ராம் திருமணம் செய்யப் போவதில்லை. ஜானுவுடனான தன் பள்ளிக்கால நினைவுகளைப் பொக்கிஷமாகப் பாதுகாத்து வந்தது போலவே அந்த ஓர் இரவையும் இனி அவன் ஞாபகங்களில் ஏந்தி நின்று மகிழ்ச்சி கொள்ளப் போகிறான்.

இதில் கவனிக்க வேண்டியது ராம் ஏன் அப்படித் திருமணம் செய்யாமல் இருக்கிறான் என்பதே. ஜானுவின் காதலும் குறைத்து மதிப்பிட முடியாது. அவனுக்கு இணையாக அவளும் அவனை நினைத்துக் கொண்டுதான் இருக்கிறாள். ஆனால் அவன் மட்டுமே அந்த முடிவெடுக்கிறான். காரணம் ஆண் என்ற திமிர்தான். அவனால் முடியும். அவன் சமூகத்துக்காக ஒரு சமரசத்துக்குள் புக வேண்டியதில்லை. இரட்டை வாழ்க்கை வாழும் கட்டாயம் இல்லை. அதனால் அவன் தன் காதலைப் பற்றிக் கொண்டு வாழ்கிறான்.

ஆண் என்ற அகங்காரம் காதலில் மட்டுமல்ல, காதல் பிரிவிலும் தூக்கலாகவே இருக்கும். பெண் அதை உள்ளுக்குள் புதைத்து வளைந்து கொடுக்க, ஆண் பிடிவாதமாய் நிற்பான். அதன் வழி தனக்குத் தானே வதை தருவான். அதைப் பற்றி அவனுக்குக் கவலை இல்லை.

★

(10)

2022ல் வெளியான லவ் டுடே படத்தில் காதலில் பெண்களே முடிவெடுக்கும் இடத்தில் இருப்பதை, ஆண் அதைச் செயல்படுத்தும் இடத்தில் மட்டுமே இருப்பதைச் சுட்டும் ஒரு நல்ல சமகால உதாரணத்தைக் காணலாம். அதில் பிரதானக் காதலர்கள் உத்தமனும் நிகிதாவும் என்றாலும் நான் இங்கே குறிப்பது மாமாக் குட்டி நிகிதா ஜோடியைப் பற்றி.

மாமக்குட்டி நிகிதாவின் முன்னாள் காதலன். அவனிடமிருந்து அவள் விலகி வந்து வெகு நாளாகிற்று. இப்போது அவள் காதலிப்பது உத்தமனை. ஆனால் உத்தமனுடன் பிணக்கு உண்டாகும் போது அவள் மனம் இயல்பாகவே மாமாக் குட்டியைத் தேடுகிறது. அவனை சென்னையிலிருந்து பாண்டிச்சேரி வரை இரவில் காரில் லாங் ட்ரைவ் போய் வரலாமா எனக் கேட்கிறாள். அவனுக்கு நிச்சயம் சந்திப்பைத் தாண்டி அதில் வேறு எதிர்பார்ப்பு இருந்திருக்கும். எனவே உடனே சம்மதித்து அழைத்துப் போகின்றான். ஆனால் அவன் எதிர்பார்த்தபடி ஏதும் நடப்பதில்லை. அது வெறும் சைவப் பயணம். அவள் தன் மனக் கிலேசத்தைச் சரி செய்து கொண்டு திரும்புகிறாள். அவன் ஏமாற்றம் அடைந்திருக்க வேண்டும். அல்லது தன்னை நீங்கிப் போன காதலி இன்னும் தன்னிடம் இளைப்பாறல் தேடுகிறாள் என்பதையே தனக்கான அங்கீகாரமாகக் கூட கருதிக் கொண்டிருக்கலாம்.

ஆனால் இதில் கவனிக்க வேண்டியது இந்நாள் காதலன் மட்டுமல்ல, முன்னாள் காதலன் கூட காதலியின் கையில் பாவைதான். அவள் நினைப்பு மிக எளிதில் நிறைவேறும், அந்த இடத்தில்தான் இயற்கை ஆணையும் பெண்ணையும் வைத்திருக்கிறது என்பதைத்தான்.

★

காதலிக்க ஆண், பெண் இருவரும் அவசியம். ஆனால் இரண்டும் வெவ்வேறு. சொல்லப் போனால் இரண்டும் நேரெதிர். காமத்தின் பொருட்டே ஆண் காதல் என்பது பரவலாக நம்பப்படுகிறது. ஆனால் அதைத் தாண்டி பல சிடுக்கான விஷயங்களை அடக்கியது.

காதலிக்கும் ஆண் உண்மையில் சிறகுகள் கட்டப்பட்ட பட்சி போன்றவன். அக்காதல் தீரும் வரை அல்லது அவன் சாகும்

வரை பறக்க இயலாத சாபம் அவனைப் பீடிக்கும்.

ஆணுக்குக் காதல் என்பது வெற்றி. அதற்காகப் போர் எடுப்பான். அவனுக்குக் காதல் என்பது மானம். அதற்காக உயிரைக் கொடுப்பான். இப்படிச் சொல்கையில் ஒரு காதல் உறவில் அவனே ஆதிக்கம் செலுத்துபவன் போன்றதொரு தோற்றம் எழுந்தாலும் அது உண்மையில்லை. அது எல்லாம் வெளியே. காதலுக்குள் நடப்பது வேறு கதை. அவன் தொடர்ந்து தன் காதலியுடன் போராடுகிறான். அவளால் அலைக்கழிப்படுகிறான்.

காதலுக்காக அவன் தியாகங்கள் செய்வான். காமத்தின் பொருட்டே ஆணின் காதல் என்று சொல்லப்படுவதைக் கூட உடைத்து காதலின் நிமித்தம் புலனை அடக்குவான். காதலில் அவனது எதிரிகள் பட்டியல் நீளமானது. காதலியின் குடும்பம் தொடங்கி சக ஆண்கள், பெற்றோர், உற்றார், சமூகம், அந்தக் காதலி வரை சகலரும் விரோதிகளே!

ஒட்டுமொத்தமாக யோசித்துப் பார்த்தால் ஆண்களின் அத்தனை கீழ்மை நிறைந்த அயோக்கியத்தனங்களையும் தாண்டி காதலிக்கும் ஆண்களின் மீது ஒருவிதமான பரிவுதான் உண்டாகிறது. ஏனெனில் அவனுக்கு காதல் என்பது காதல் மட்டுமல்ல.

மஜ்னு முதல் மாமாக் குட்டி வரை காதலன்கள் யாவரும் பரிதாபத்துக்குரியோரே!

(ஃபிப்ரவரி 8, 2023 மெட்ராஸ் பேப்பர் மின்னிதழ்: காதலர் தினச் சிறப்பிதழில் வெளியானது)

24. தமிழ் நிலத்தின் ஆதி கொலை வழக்கு

பொ.ஊ. 969ம் ஆண்டு என்பது ஓர் உத்தேசக் கணக்கு. ஆதித்த கரிகாலன் என்ற சோழ இளவரசன் கொலை ஆகிறான். கொன்றது அடையாளம் தெரியாத மர்ம மனிதர்கள். அனேகமாகத் தமிழ் வரலாற்றில் பதிவாகி இருக்கும் முதல் கொலை வழக்கு அதுவே.

எப்படி தஞ்சை பெரிய கோயில் என்பது ராஜராஜ சோழன் என்ற மாபெரும் தமிழரசன் கட்டினான் என்பதே பல்லாண்டுகளாக மக்களுக்குத் தெரியாமல் போய் இறுதியில் ஒரு ப்ரிட்டிஷ்காரர் வந்து மறுகண்டுபிடிப்பு செய்து மீள்அறிமுகப்படுத்த வேண்டிய நிலை இருந்ததோ அப்படி ஆதித்த கரிகாலன் கொலையும் பல காலம் மக்களால் மறக்கப்பட்டு பிறகு 1950-ல் கல்கியின் பொன்னியின் செல்வன் நாவல் வாயிலாக நினைவூட்டப்பட்டது.

ஆனால் பொன்னியின் செல்வன் ஒரு புதினம். கற்பனைக் கதை. இந்தக் கொலை பற்றி இருக்கும் அசல் வரலாற்று ஆவணங்கள் என்னென்ன? சரித்திர ஆய்வாளர்கள் இது பற்றி அதிகாரப்பூர்வமாகச் சொல்வது என்ன? இது பற்றி முழு உண்மை வெளிவந்து விட்டதா?

★

ஆதித்த கரிகாலன் கொலை பற்றிப் பார்க்கும் முன் சோழ நாட்டில் அப்போது நிலவிய அரசியல் சூழல் சுருக்கமாக: சோழ மன்னர் கண்டராதித்தர் மறைய, அவரது மகனான மதுராந்தகன் சிறுவனாக இருக்க, கண்டராதித்தரின் தம்பி அரிஞ்சயர் அரசனாகிறார். ஆனால் அவரும் ஓரிரு ஆண்டில் மறைய, அவரது மகன் சுந்தர சோழர் அரசனாகிறார். நியாயமாக அவர் அசல் உரிமை கொண்ட மதுராந்தகனுக்கு இளவரசுப் பட்டம் சூட்டி, தனக்கு அடுத்து அரசனாக்கி இருக்க வேண்டும். ஆனால் அவர் அப்படிச் செய்யாது தன் மகன் ஆதித்த கரிகாலனுக்கு இளவரசுப் பட்டம் சூட்டுகிறார். இந்தப் பதவிப் பிரச்சனை முதல் பகை. வரி கட்ட மறுத்து சண்டித்தனம் செய்து கொண்டிருந்த பாண்டிய நாட்டின் மீது ஆதித்த கரிகாலன் போர் தொடுத்த போது மன்னன் வீர பாண்டியனின் தலையைக் கொய்து தஞ்சைக் கோட்டை வாயிலில் குத்தி வைக்கிறான். அது பாண்டியர்களிடம் உண்டாக்கிய வன்மம் இரண்டாம் பகை. இச்சூழலில்தான் அவன் கொல்லப்படுகிறான்.

அதன் பிறகு உத்தம சோழன் என்ற பெயரில் மதுராந்தகன் அரசனாகிறான். அவனுக்குப் பிறகு ஆதித்த கரிகாலனின் தம்பியான (பிற்பாடு ராஜராஜ சோழனாகப் புகழ் பெற்ற) அருண்மொழி வர்மன் அரசனாகிறான். ஆதித்தன், அருண்மொழியின் சகோதரியான குந்தவை, வந்தியத்தேவன் என்ற சிற்றரசனை மணந்து செல்வாக்குடன் திகழ்கிறாள்.

ஆதித்த கரிகாலன் கொலை பற்றி நமக்கு இரண்டே ஆவணங்கள்தாம் கிடைக்கின்றன. ஒன்று உடையார்குடி கல்வெட்டு, மற்றொன்று திருவாலங்காட்டுச் செப்பேடுகள். அவை இரண்டையும் அடிப்படையாகக் கொண்டே பல்வேறு வரலாற்று ஆய்வாளர்களும் தத்தம் நிலைப்பாட்டை இந்த விஷயத்தில் வந்தடைந்தார்கள். அந்தக் கருத்துக்களை ஒட்டியே பொன்னியின் செல்வன் முதல் ஆதித்த கரிகாலன் கொலை வழக்கு வரை நூற்றுக்கும் மேற்பட்ட வரலாற்று நாவல்கள் கடந்த முக்கால் நூற்றாண்டில் எழுதிக் குவிக்கப்பட்டன.

★

உடையார்குடி கல்வெட்டு கடலூர் மாவட்டம் காட்டுமன்னார் குடியிலுள்ள அனந்தீசுவரம் ஆலயத்தில் கருவறையின் மேற்குப்புற அதிட்டானத்தில் இடம்பெற்றுள்ள ஒரு சாசனம். ராஜராஜனின்

இரண்டாம் ஆட்சியாண்டில் பொறிக்கப் பெற்றது. அதாவது உத்தேசமாக பொ.ஊ. 987. பலரும் புரிந்து கொண்டிருப்பது போல் இது மன்னனின் சாசனமே அல்ல; மாறாக ஒரு தனி நபர் கோயிலுக்களித்த அறக்கொடை பற்றியும், அதற்காக வாங்கிய நிலங்கள் பற்றியும்தான் பேசுகிறது. சரி, இதில் ஆதித்த கரிகாலன் எங்கே வருகிறான்?

வீரநாராயணச் சதுர்வேதி மங்கலத்துச் சபையோருக்கு குறிப்பிட்ட நிலம் தொடர்பாக மன்னன் அனுப்பிய ஓர் அனுமதிக் கடிதம் இதில் மேற்கோளாகக் காட்டப்பட்டுள்ளது. அந்நிலம் முன்பு ஆதித்த கரிகாலன் கொலையாளிகளுக்குச் சொந்தமாக இருந்தது. கொலைச்சதி தெரிந்ததும் தண்டனையாக அவர்களிடமிருந்த நிலம் பறிக்கப்பட்டது.

கல்வெட்டைப் பொறித்த ஆள் திருவெண்ணைநல்லூரைச் சேர்ந்த பரதன் எனும் வியாழ கஜமல்ல பல்லவரையன். அவன் அனந்தீசுவரம் கோயிலில் தண்ணீர் பந்தலுக்காகவும் சிவனடியார்களின் உணவுக்காகவும் குறிப்பிட்ட நிலத்தைப் பொன் கொடுத்து வாங்கி நன்கொடையாக அளித்தான் என்பதைப் பதியவே இக்கல்வெட்டு. நிலத்தை அவனுக்கு விற்றது வீர நாராயண சதுர்வேதி மங்கலத்து பெருங்குறி மகாசபையினர். கல்வெட்டு அந்நிலத்தின் முன்கதையையும் பேசுகிறது. ஆதித்தனைக் கொன்ற ராஜ துரோகிகள் மற்றும் அவர்களின் நெருங்கிய உறவினர்களின் நிலங்கள் முழுவதும் முன்பு அரசின் ஆணைக்கேற்ப வீர நாராயண சதுர்வேதி மங்கலத்து பெருங்குறி மகாசபையினரால் கையகப்படுத்தப்பட்டு, அவர்கள் பொறுப்பில் அந்நிலங்கள் முழுவதும் இருந்துள்ளன. அதன் ஒரு பகுதிதான் மேற்சொன்ன கோயில் அறக்கட்டளைக்கு அளிக்கப்பட்ட நிலம்.

கையகப்படுத்தப்பட்ட நிலங்களை விற்பனை செய்ய கொட்டையூர் பிரம்மஸ்ரீராஜன், புள்ளமங்கலத்து சந்திரசேகர பட்டன் என்ற இரு கண்காணிப்பாளர்களை நியமித்து ராஜராஜ சோழன் அனுப்பியிருந்த ஆணைக் கடிதமே கல்வெட்டில் இருந்த மேற்கோள்.

கொலையாளிகள் யார் என இந்தக் கல்வெட்டு தெளிவாகவே சொல்கிறது. சோமன், அவன் தம்பி ரவிதாசன் என்ற பஞ்சவன் பிரமாதிராஜன், அவன் தம்பி பரமேஸ்வரன் என்ற இருமுடிச் சோழப் பிரமாதிராஜன் ஆகிய மூவரும் கொலை செய்த துரோகிகள்.

பிரமாதிராஜன் எனும் விருது அரசனால் உயர்நிலை வகிக்கும் பிராமணர்களுக்கு வழங்கப்படுவது. பஞ்சவன் பிரமாதிராஜன் விருது பஞ்சவர் எனப்படும் பாண்டிய அரசர்கள் தரும் விருது. இருமுடிச் சோழ பிரமாதிராஜன் விருது சோழப் அரசர்கள் வழங்குவது. ஆக, ஆதித்த கரிகாலனின் கொலைக்குரிய திட்டம் பாண்டிய நாட்டில் உருவானது என்பதும் பாண்டியர் சிலர் சோழ நாட்டில் ஊடுருவி அங்கே பதவிகள் பெற்று துரோகிகளாக நடந்து கொண்டனர் என்பதும் இதிலிருந்து தெளிவாகிறது.

குறிப்பிட்ட நிலம் இவர்களின் தம்பி மலையனூரான் என்ற பாப்பனச்சேரி ரேவதாச கிரம வித்தன், அவன் தாய் பெரிய நங்கைச்சாணி, அவனது மகன் என மூவருக்குச் சொந்தமானது. நெருங்கிய உறவினர் நிலங்கள் யாவும் பறிக்கப்பட்டன என்பதால் இதையும் எடுத்திருக்கிறார்கள். இதுவே உடையார்குடி கல்வெட்டின் உள்ளடக்கம்.

ஆக, உடையார்குடி கல்வெட்டு ஆதித்த கரிகாலன் கொலைக் குற்றவாளிகளுக்குத் தண்டனை அறிவிக்கும் சாசனமல்ல; மாறாக, ஒரு நில விற்பனை ஆவணம் மட்டுமே.

எனவே இக்கல்வெட்டின் மூலம் ராஜராஜன் காலத்தில்தான் குற்றவாளிகள் தண்டனை பெற்றனர் தண்டிக்கப்பட்டனர் என்று சொல்ல முடியாது, சுந்தர சோழர் அல்லது உத்தம சோழன் காலத்தில் அவர்கள் தண்டிக்கப்பட்டிருக்கலாம் என 'உடையார்குடி கல்வெட்டு: ஒரு மீள்பார்வை' என்ற கட்டுரையில் நிறுவுகிறார் குடவாயில் பாலசுப்பிரமணியன்.

★

இரண்டாம் ஆதாரம் திருவாலங்காட்டுச் செப்பேடு. சோழ அரசின் இலச்சினை கொண்ட பெரிய இணைப்பு வளையத்துடன் மொத்தம் 31 ஏடுகள் உள்ள தொகுதி இது. ராஜேந்திர சோழனின் ஆறாம் ஆட்சியாண்டைச் சேர்ந்த இஃது பிற்கால சோழர் வரலாற்றினை விவரிக்கிறது. 10 ஏடுகள் சமஸ்கிருத ஸ்லோகமாகவும் மீதம் தமிழ் உரைநடையிலும் உள்ளன. அதில் மூன்று சமஸ்கிருத ஏடுகள் ஆதித்த கரிகாலன் பற்றிப் பேசுகின்றன.

ஆதித்த கரிகாலன் போரில் பாண்டிய இளவரசனைக் கொன்றவன்; அவன் தலையைத் தன் நகரில் உள்ள கம்பத்தில் தொங்க

விட்டவன்; வானுலகைக் காணும் ஆசையோடு அஸ்மனமானான் என்கிறது. அதாவது உரிய காலத்துக்கு முன்பே செத்துப் போனான் என்றே அர்த்தம். கொலை செய்யப்பட்டான் என்று சூசகமாகச் சொல்கிறது. பாண்டியப் பகை குறிக்கப்படுவதால் செப்பேடு அவர்களையே கொலைகாரர்கள் ஆக்குகிறது. (எசாலம் செப்பேடுகளும் பாண்டிய மன்னனின் தலையை வெட்டி தஞ்சை வாயில் மரத்தில் தொங்க விட்டான் ஆதித்த கரிகாலன் என்று தெளிவாகக் குறிப்பிடுகிறது.)

இதன் அடுத்த பகுதியிலேயே ஆதித்தன் மறைந்த இருளைப் போக்க (அதாவது அரச பதவி ஏற்க) மக்கள் அருண்மொழியை வேண்டியதாகவும் ஆனால் தர்மத்தை அறிந்த அவனோ அதை ஏற்காது அரச பதவியில் ஆசை கொண்ட சிற்றப்பன் மதுராந்தகனிடம் பொறுப்பை ஒப்படைத்ததாகவும் சொல்கிறது. ஆக, மதுராந்தகன் சோழ அரியணைக்கு ஏங்கியதும் ஆதித்த கரிகாலன் அதற்குத் தடையாக இருந்ததும் இதன் மூலம் தெளிவு.

★

இவற்றைக் கொண்டு வரலாற்றாசிரியர்கள் முன்வைக்கும் முடிவுகளைப் பார்க்கலாம்.

சோழர்கள் (புத்தகம் 1) நூலில் கே.ஏ. நீலகண்ட சாஸ்திரி, ஆதித்த கரிகாலன் ஒரு சதி மூலம் கொல்லப்பட்டான் என்று சொல்கிறார். ஆனால் அக்கொலைக் குற்றவாளிகள் மதுராந்தகனாகிய உத்தம சோழன் ஆட்சியில் தண்டிக்கப்படவில்லை, ராஜராஜன் அரியணை ஏறிய பின்பே தண்டனை வழங்கப்பட்டது என்று உடையார்குடி கல்வெட்டு உணர்த்துவதாகப் புரிந்து கொள்கிறார். அதையும் மதுராந்தகனுக்கு நாடாளும் ஆசை இருந்ததையும் இணைத்து, அவனே அந்தக் கொலைச் சதிகாரன் என்கிறார் சாஸ்திரி.

பிற்காலச் சோழர் சரித்திரம் (பகுதி I) நூலில் டி.வி. சதாசிவ பண்டாரத்தார், சோழத்தின் பிராமண உயர் அதிகாரர்களே ஏன் தம் இளவரசனையே வஞ்சமாகக் கொன்றனர் என வியக்கிறார். ஆனால் உத்தம சோழன் சதி செய்து கொன்றிருக்கலாம் என்ற கூற்றை மறுக்கிறார். அப்படி இருந்தால் ஆதித்தனின் தம்பியான அருண்மொழி வர்மன் எப்படி உத்தமனை அரச பதவி ஏற்க அனுமதித்திருப்பான், எப்படி அவன் மீது பேரன்புடன்

இருந்திருப்பான், குடிகளின் ஆதரவு எப்படி உத்தம சோழனுக்குக் கிடைத்திருக்கும் எனக் கேள்விகள் எழுப்புகிறார் (உத்தம சோழன் நல்லாட்சி புரிந்தமைக்குச் சான்றுகள் உண்டு). எனவே இது அதிகாரிகள் சதி மட்டுமே என்கிறார். உடையார்குடி கல்வெட்டை ராஜராஜ சோழன் காலத்தில்தான் குற்றவாளிகள் தண்டனை பெற்றனர் என்பதாகவே பண்டாரத்தாரும் புரிந்து கொண்டாலும் வழக்கின் விசாரணை முடியவும் தண்டனை அறிவிக்கவும் தாமதம் ஆகியிருக்கலாம் என நல்லவிதமாகவே புரிந்து கொள்கிறார்.

கே.கே. பிள்ளையும் பண்டாரத்தார் போல கொலை செய்தது பிராமணர்கள் என்பதைச் சுட்டி அரசாங்க அதிகாரிகள் ஏன் அரசிளங்குமாரனைக் கொன்றனர் என வியக்கிறார். சோழர் வரலாறு (2ம் பாகம்) நூலில் டாக்டர் மா. இராசமாணிக்கனார் அரியணை ஏறும் நிமித்தம் மதுராந்தகனே சூழ்ச்சி செய்து ஆதித்தனைக் கொன்று விட்டான் என்கிறார். தென்னாட்டுப் போர்க்களங்கள் நூலில் கா. அப்பாத்துரை எதிரிகள் சிலரால் ஆதித்த கரிகாலன் கொலையுண்டான் எனப் பொதுவாகச் சொல்லி முடித்துக் கொள்கிறார்.

'ஆதித்த கரிகாலனின் கொலை வழக்கு ஒரு மறு ஆய்வு' என்ற கட்டுரையிலும் 'முதலாம் இராசராச சோழன்' நூலிலும் க.த. திருநாவுக்கரசு கிட்டத்தட்ட சதாசிவ பண்டாரத்தார் சொல்லும் கருத்தையே வழிமொழிகிறார். கூடுதலாக, மதுராந்தகன் மீது குற்றமில்லை என்று மக்களுக்கு உறுதிபடச் சொல்லவே அருண்மொழி அவனை அரியணை ஏறச் செய்தான் என்றும் அவன் குற்றமற்றவன் என மக்களும் ஏற்றதாலேயே உத்தம சோழன் என்ற பெயர் பெற்றான் என்றும் சேர்த்துக் கொள்கிறார். குற்றவாளிகள் பிராமணர்கள் என்பதால்தான் அவர்களுக்கு ராஜராஜன் மரண தண்டனை விதிக்கவில்லை என்கிறார். இந்தக் கட்டுரை தமிழக அரசு தொல்லியல் துறை வெளியிட்ட அருண்மொழி ஆய்வுத் தொகுதி (பதிப்பாசிரியர்: நடன. காசிநாதன்) மற்றும் சோழர் சமுதாயம் (பதிப்பாசிரியர்: முனைவர் சீ. வசந்தி) ஆகிய இரு நூல்களிலும் இடம் பெற்றது இதன் ஏற்புக்குச் சான்று.

'*A Note on the accession of Rajaraja Chola*' என்ற கட்டுரையில் ஆர். வி. ஸ்ரீநிவாசன் என்பவர் ஒருபடி மேலே போய் அருண்மொழி வர்மன் அரச பதவிக்கு வர வேண்டி தன் சொந்தச் சகோதரனான

ஆதித்த கரிகாலனை குந்தவை, வந்தியத்தேவன் துணை கொண்டு கொன்றிருக்கலாம் என்கிறார். ராஜராஜன் தர்மம் என்றெல்லாம் சொன்னாலும் தன் தவறை மறைக்கவே மதுராந்தகனுக்கு அரச பதவியை விட்டுக் கொடுத்தான் என்பது அவர் ஊகம். ராஜராஜனைத் தப்புவிக்க வேண்டுமென்றே உத்தமனைக் குற்றவாளி ஆக்குகிறார் என்று நீலகண்ட சாஸ்திரியையும் சாடுகிறார். இவ்வாதங்களில் தர்க்கம் இருந்தாலும் இக்கட்டுரையின் நோக்கம் அதிர்ச்சி மதிப்பீடு என்றே எனக்குப் படுகிறது.

'ஆதித்த கரிகாலன் கொலையும் கருணையும்' கட்டுரையில் துரை இளமுருகு, இந்தக் கொலை மதுராந்தகன், அருண்மொழி வர்மன் இருவரின் கூட்டுச் சதிதான் என்கிறார். சந்தேகம் வராமல் இருக்க மதுராந்தகனை அரசனாக்கினான் ராஜராஜன் என்கிறார்.

'பரசுராமன் சூளுரையும் ஆதித்த கரிகாலன் கொலையும்' என்ற கட்டுரையில் நடன. காசிநாதன் சத்ரியர்களுக்கும் பிராமணர்களுக்கும் இடையே காலகாலமாக இருக்கும் பொறாமை மற்றும் பகையே ஆதித்த கரிகாலன் கொலைக்குக் காரணம் என்கிறார். அதற்குப் பழி தீர்க்கவே ராஜராஜன் தான் ஆட்சிக்கு வந்ததும் காந்தளூர்ச்சாலை மீது படையெடுத்துப் போய் அங்கே பிராமணர்களின் கடிகையை அழித்தான் என்கிறார்.

காலந்தோறும் பிராமணியம் (பாகம் ஒன்று) நூலில் அருணன் சுந்தர சோழர் போல் அவரது மைந்தன் ஆதித்த கரிகாலனும் பிராமணிய மதமல்லாது, சமண, பௌத்த மதங்களை ஆதரித்து வந்திருக்கலாம் என்றும் அதனால் சினமுற்ற சில சோழ உயர் அதிகாரிகளான பிராமணர்கள் அவனைக் கொன்றிருக்கலாம் என ஊகம் சொல்கிறார்.

இப்படி வரலாற்றில் கைதேர்ந்த பலரும் பல ஆதாரங்கள், தர்க்கங்களின் அடிப்படையில் ஆதித்தன் கொலையில் பற்பல கருதுகோள்களை முன்வைத்திருக்கின்றனர். இவற்றில் ஏதோ ஒன்றோ அல்லது இவற்றில் சிலவற்றின் கலவையாகவோ உண்மை இருக்கலாம்.

நான் இந்த ஒவ்வொன்றில் இருந்தும் உண்மைக்கு மிக அருகில் இருப்பதாகத் தோன்றிய விஷயங்களை மட்டும் எடுத்துக் கொண்டு 'ஆதித்த கரிகாலன் கொலை வழக்கு' என்ற ஆயிரம் பக்க நாவலை

எழுதினேன். புனைவெனினும் உண்மைக்கு அருகில் இருந்தால் மட்டுமே மதிப்பு - எதிர்கால நூற்றாண்டின் விஞ்ஞானக் கதை என்றாலும் சரி, ஆயிரம் ஆண்டுகளுக்கு முந்தைய தமிழ் நிலத்தின் ஆதி கொலை வழக்காக இருந்தாலும் சரி!

(ஃபிப்ரவரி 2023 தீராநதி இதழில் வெளியான கட்டுரை)

25. மெய் அழகன் – பொய் அழகி

ஆண்களுக்கும் அழகாய்த் தெரியும் ஆண் அழகன் அல்லன்.

★

ஆண் எதற்கு அழகாக இருக்க வேண்டும்? அவன் அறிவன், அறவோன், அதிகாரன்!

★

ஆணுக்கு உண்மையில் அழகு என ஒன்றில்லை. அழகு என்பது பெண்ணுக்கு மட்டுமே உரியது. ஆணுக்குப் பெண்தன்மை மிகுந்திருப்பதைத்தான் அழகு என்கிறார்கள்.

★

அழகர் என்றால் சுத்தமாகப் புறத் தோற்றத்தை வைத்து மட்டுமே மதிப்பிடுவது என்று எடுத்துக் கொள்கிறேன். ஆளுமை என்பதால் அழகர் என்றோ, குணம் பிடிக்கும் அதனால் அழகர் என்றோ சொல்வதில் ஒருபோதும் எனக்கு உவப்பில்லை. அது வேறு பட்டியல்.

மனித இனத்தில் ஆண்கள் அழகாக இருக்க அவசியம் இல்லை என்பதே எப்போதும் என் கருத்தாக இருந்திருக்கிறது. மற்ற விலங்குகளில் பிடறி, தோகை என எதைக் கொண்டாவது எதிர்ப் பாலினத்தை ஈர்க்க வேண்டிய கட்டாயம் ஆணுக்கு இருக்கிறது.

ஆனால் மனித இனத்தில் அதை 'வெற்றி' என விஸ்தரித்து விட்டோம். அதிகாரம், பணம், புகழ், வீரம் / தைரியம், அறிவு / திறமை ஆகியன மனித ஆண்களில் புற அழகின் இடத்தை எடுத்துக் கொண்டன. அதனாலேயே ஆண்களில் அழகு என்று சொல்வதே என்வரையில் அபத்தமாகத் தோன்றி வந்திருக்கிறது. (நான் அழகன் இல்லை என்ற *fact*-ம் *subconscious*-ஆக இந்த எண்ணம் வந்தடைய உந்தியிருக்கலாம்.)

அதை மீறி அழகு என மிகச் சில ஆண்கள் பற்றி இயல்பாகவே தோன்றியதுண்டு. அவர்களை நினைவிலிருந்து பட்டியலிட முனைகிறேன்:

1) 90களின் கமல் ஹாசன்

2) தேவ் ஆனந்த் (கலர் படங்களில்)

3) காதல் தேசம் அப்பாஸ்

4) அலைபாயுதே மாதவன்

5) ராகுல் ட்ராவிட்

6) பெர்வேஸ் முஷாரஃப் (ராணுவச் சீருடையில்)

7) பியர்ஸ் ப்ராஸ்னன் (ஜேம்ஸ் பாண்டாகத் தோன்றிய படங்களில்)

8) பில் க்ளிண்டன் (அதிபராக இருந்த காலத்தில்)

9) ஜார்ஜ் ஃபெர்னாண்டஸ் (ராணுவ அமைச்சராக இருந்த போது)

10) மிலிந்த் சோமன் (கேப்டன் வ்யோம்)

11) யஷ் (கேஜிஎஃப்புக்கு முன்பிருந்தே)

12) ப்ரபாஸ் (பாகுபலிக்கு முன்பிருந்தே)

13) மின்னல் முரளி காலத்து டொவினோ தாமஸ்

14) துல்கர் சல்மான்

15) ஆரம்ப கால சரத் குமார்

16) சமீப கால விஜய்

பெண்கள்? ஏராளம் பேர் உண்டு. ஒரு பதிவு போதாது. என் மீயழகி நூலை வாசிக்கலாம்.

(செப்டெம்பர் 24, 2023)

★

கவிதையே இலக்கியத்தின் உச்ச வடிவம் என அடிக்கடி சொல்லப்படுவதுண்டு. இளங்கோ கிருஷ்ணன் நேற்றுக் கூடச் சொல்லி இருந்தார். ஜெயமோகனிடம் தமிழ் மின்னிதழுக்காக நான் எடுத்த நேர்காணலில் கவிதையல்ல, காவியமே இலக்கியத்தின் உச்ச வடிவம் என்றார். கொற்றவையும், வெண்முரசும் அவர் நம்பிக்கையின் சான்றுகள்.

எனக்கு இதையெல்லாம் தாண்டி சிறுகதையே நவீன இலக்கியத்தின் உச்ச வடிவம் எனத் தோன்றுகிறது. அதன் சவாலும், சாத்தியமும், விளைவான பூடகமான வசீகரமும் பிரம்மாண்டமானவை; பிரமிப்பூட்டுபவை; சிந்தை மயக்குபவை; எழுதித் தீராதவை.

கவிதையே இலக்கியத்தின் உச்ச வடிவம் என்பதை நீட்டித்து கலையின் உச்ச வடிவம் திரைப்படம் என கோகுல் பிரசாத் சொல்கிறார். இதிலும் வேறுபடுகிறேன். இருபதுகளில் இருக்கும் ஒரு மானிடப் பெண்ணின் தோற்றமும், முகப் பாவனைகளும், குரலும், உடல் மொழியுமே கலையின் உச்ச வடிவம் எனத் தோன்றுகிறது. உதாரணம் அனு சிதாரா!

இது கலையில் அடங்குமா? இயற்கை விஷயம் இல்லையா? என்றால் இல்லை என்பதே பதில். பெண்கள் அத்தனை நுட்பமாக இக்கலையைப் பிறவியிலிருந்தே பயின்று, பின் மெல்லத் தன் கற்பனையைக் குழைத்துச் செழித்து நுட்பங் கொள்கின்றனர்.

(ஜூன் 19, 2020)

★

முன்பெல்லாம் விஸ்வாமித்திரர் மாதிரி கஞ்சியிட்ட கதர்ச்சட்டை விறைப்புடனிருந்த எழுத்தாளர்களின் நடிகை ரசனை சமீப காலங்களில்தான் மெல்ல மெல்லக் கூச்சம் களைந்து வெளிவரத் தொடங்கி இருக்கிறது. அவற்றைக் குறித்து வைக்கிறேன்.

1) பாரா - பூஜா ஹெக்டே

2) மனுஷ்ய புத்திரன் - வாணிஸ்ரீ

3) ரமேஷ் வைத்யா - ராஷ்மிகா

4) போகன் சங்கர் - அனு மோள்

5) சிஎஸ்கே - ப்ரியங்கா மோகன்

6) கோகுல் ப்ரஸாத் - சமந்தா

7) ஆர்னிகா நாசர் - மாதவி

8) ஷோபா சக்தி - ஷோபா

(மே 13, 2022)

★

சினிமா விமர்சனம் செய்தால் நீ சினிமா எடுத்துக் காட்டு என்று சொல்வது நம்மூரில் பரவலான வழக்கம். (நல்லவேளை, எழுத்தாளர்கள் இன்னும் அப்படி இறங்கவில்லை.)

எந்த விமர்சனம் வைத்தாலும் விமர்சனம் வைப்பவனின் நுகர்வுத் தகுதியைப் பாராமல் அவனது உற்பத்தித் திறனைப் பார்க்கும் *logical fallacy*தான் இது. உணவு சுவையாக இல்லை என்று சொல்ல ஒருவருக்குச் சமைக்கத் தெரிய வேண்டும் என்ற கட்டாயம் இல்லை; ருசி பார்க்கும் திறனும், பரந்த உணவுண்ட அனுபவமும் போதுமானது.

அழகு விஷயத்திலும் நடப்பது அதுவே. ஒருவர் அழகாக இல்லை என்பதை அழகாக இருக்கும் ஒருவரே சொல்ல வேண்டும் என உள்ளூர எதிர்பார்க்கிறோம். எனவே ஒரு பெண்ணின் அழகைக் குறை சொல்லும் ஒருவருக்குப் பதிலடியாக சொன்னவர் அழகாக இல்லை என்று கேலி செய்கிறோம். மாறாக, முதலில் குறை சொல்லப்பட்ட பெண் அழகுதான் என்று நிறுவுவதே சரியான பதிலடி! வேறு விஷயங்களில் *below the belt* தாக்கினால் அழகுக் குறை விஷயத்தை மறைமுகமாக ஒப்புக் கொள்வதாகவே அர்த்தம்.

அடுத்து நடிகையின் தோற்றத்தைக் கேலி செய்தல் *body shaming* என்று குதிக்கிறார்கள்.

அந்த நடிகையே மிக மிக ப்ரக்ஞைப்பூர்வமாக தன் உடலைக் காட்டி "என்னைப் பார், ரசி, கருத்துச் சொல், பரப்பு" என்றுதான் சொல்கிறார். என்ன கருத்தோ அதைத்தானே சொல்ல முடியும்? அல்லது நடிகையின் தோற்றத்தைப் பற்றியே பேசாமல் தொட்டுக் கும்பிட்டு நகர்ந்து விட வேண்டுமா? அந்தத் தர்க்கப்படி பார்த்தால் நடிகையின் அழகைச் சிலாகிப்பதும் தவறுதானே? இல்லை, நடிகைகளைப் புகழ மட்டும் செய்யலாம், கேலி எல்லாம் செய்யக்கூடாது என்கிறார்களா? இப்படித்தான் கஞ்சி

போட்ட விறைப்புடன் எல்லை மீறி political correctness பேசிக் கொண்டிருக்கிறார்கள் சமூக வலைதள ஆர்வக்கோளாறுகள். (ஆனால் நிஜத்தில் அவசியப்படும் இடத்தில் உறைக்காது.)

தோற்றத்தை முன்வைக்கும் எவரும் (நடிகை, மாடல், இன்ஸ்டாக்ராம் பிரபலங்கள், ஃபேஸ்புக்கில் விதவிதமாக செல்ஃபி பகிர்வோர்) ஏதாவது புள்ளியில் body shaming-கிற்கு உள்ளாக நேரும். அதைக் கடந்து போகும் மன முதிர்ச்சி உள்ளோரே அதில் இறங்க வேண்டும். எல்லா நேரமும் புகழ்ச்சியே வராது அல்லவா! அழகு எனப் புகழ் வரும் போது இனிக்கிறது அல்லவா, கேலிகளையும் அதே போல் எதிர்கொண்டுதான் ஆக வேண்டும்.

அழகு புகழப்படும் போது பல்லிளித்துக் கொண்டிருந்தோருக்கு அது கேலிக்குள்ளாகும் போது அறச்சீற்றம் கொள்ளத் தார்மீக உரிமையில்லை என்பதை நினைவிற் கொள்க.

அழகில்லை என்று சொல்லக்கூடாது என்று சொல்வோர் உங்களுக்கு விவரம் தெரிந்த வயது வந்த பிற்பாடு ஒரு முறை கூட தெரிந்தவரோ பிரபலமோ ஒருவரைப் பற்றிக் கூட அவர் அழகில்லை என்றோ உருவக் கேலி செய்தோ தனிப் பேச்சில் கூட எவரிடமும் பேசியதே இல்லை என்று உங்கள் மனதிற்கு நேர்மையாகச் சொல்லுங்கள், பார்ப்போம். 99.99% பேர் நிச்சயம் செய்திருப்பீர்கள். அப்புறம் என்ன பாசாங்கு, நடிப்பு? hypocrisy-யின் மூலமாக உண்மையில் நீங்கள்தான் உலகின் ஆக மோசமான குரூபி ஆகிறீர்கள்.

எவனொருவன் இதுவரை எந்த நடிகையையும் எண்ணிச் சுயஇன்பம் செய்தது கிடையாதோ, தோற்றக் கேலி செய்வோர் மீது அவன் முதல் கல்லை எறியட்டும்.

(மார்ச் 27, 2021)

★

உண்மையில் சாய் பல்லவி வர்ணனை விஷயத்தில் கோகுல் பிரசாத் செய்திருப்பது முக்கியமான முயற்சி. அவர் இம்மாதிரி எழுதுவது இது முதல் முறையும் அல்ல. முன்பே செய்திருக்கிறார். பெண்கள் அழகு, சுமார் என்று சொல்வதோடு நில்லாமல் அதற்கான காரணங்களை கணித ரீதியாக, விஞ்ஞான ரீதியாக

ஆராய்வது. இதெல்லாம் மேற்கே சகஜம். இங்கேதான் பாடி ஷேமிங், *objectify* செய்கிறார் என்று சாமியாடுகிறார்கள்.

முன்பெல்லாம் சினிமா நன்று, மோசம் என மட்டுமே விமர்சனம் எழுதிக் கொண்டிருந்த ஆட்கள் இப்போது திரைக்கதை நுணுக்கம், குறியீடு, ஒளிப்பதிவுப் பொருத்தம் எல்லாம் விலாவாரியாகப் பேசுவதில்லையா! அதேதான் இதுவும். இது ஒரு பரிணாம வளர்ச்சி.

இன்னுமொரு கொடுமை ஒரு பெண் அழகு என்று சொன்னால் இந்த அறம்பாடிகள் கவலைப்பட மாட்டார்கள். இரண்டும் ஒரே நாணயத்தின் எதிரெதிர் பக்கங்கள் என்ற எளிய உண்மை கூடப் புரியாது. பிரச்சனை என்னவெனில் இவர்கள் தம் சொந்த அனுபவங்களோடு அதைப் பொருத்திப் பார்ப்பதுதான். ஆனால் இங்கே இப்படி கட்டுடைக்கப்படுவது ஒரு சாதாரணப் பெண் அல்ல. தன் தோற்றத்தை முன்வைத்த நடிகையோ மாடலோதான். அப்படி முன்வைக்கும் போதே அதற்குப் புகழ்ச்சியும் வரும் கேலியும் வரும் என்ற அடிப்படைப் புரிதல் இருக்க வேண்டும். அதுவே முதிர்ச்சி.

இன்னொன்று அழகை எப்படிப் பொதுவான அலகில் அளப்பது என்ற கேள்வி. அதை நீங்கள் இலக்கியம், சினிமா, கலை என எல்லாவற்றுக்கும் நீட்டிக்கலாமே. அதில் மட்டும் ஏன் சிறந்த படங்கள், புத்தகங்கள் என்று பட்டியலிடுகிறோம்? ரசனை ஆள் ஆளுக்கு மாறுபடும் என்பதில் மறுப்பு இல்லை. ஆனால் அதற்காக இதில் எதுவும் கருத்தே சொல்லாமல் இருக்க முடியாது. அப்படியான பொருட்படுத்தத் தக்க மதிப்பீடுகள் பொதுவான கருத்தாக்கத்தைக் காலப்போக்கில் மெல்ல உருவாக்கும்.

நான் கோகுலின் கருத்தை ஏற்கவில்லை என்பது வேறு விஷயம். எனக்கு சாய் பல்லவி அழகிதான். ஆனால் அதை எதிர்கொள்ளும் வழி அவர் பாணியிலேயே புகைப்படம், வீடியோ ஆதாரங்கள் வைத்து கணித, விஞ்ஞான அடிப்படையில் ஒரு விரிந்த மறுப்பு எழுதி அவர் அழகி என நிரூபணம் செய்வதே. குற்றம் சாட்டி வாயை அடைப்பதல்ல.

(ஜனவரி 24, 2022)

26. முகம்: நீயா நானா

(முகம் பற்றிய விஜய் டிவி நீயா நானா எபிஸோடில் பங்குபெற அழைத்திருந்தார்கள். நேற்றுப் போயிருந்தேன். நான் பேசுவதற்கென தயார்படுத்திக் கொண்டு சென்றதில் முக்கியமற்ற 10% மட்டுமே அங்கே பேச வாய்ப்பு கிடைத்தது. நானும் அங்கு வந்திருந்த மற்றவர் போல் முகம் டிவியில் வரும் க்யூரியாஸிட்டியில் மட்டும் போயிருந்தால் நிகழ்ச்சி எனக்கும் உவப்பாகவே இருந்திருக்கும். ஆனால் அங்கே நான் சில விஷயங்கள் பேச விரும்பினேன். அதுதான் எனக்கு முக்கியமாய்ப் பட்டது. அது நிகழவில்லை என்பது எனக்கு வருத்தமே. அங்கே சீஃப் கெஸ்டுக்கு மட்டும்தான் ஓரளவு அந்த சுதந்திரம் இருக்கிறது. நான் நிகழ்ச்சி சம்மந்தப்பட்டவர்களைக் குறை சொல்லவில்லை. அவர்கள் தேவையும் என் நோக்கமும் வேறு வேறு என்பதால் பார்டிசிபண்டாக கலந்து கொள்வது சரிப்படாது என்று தோன்றுகிறது. 'முள்' நாவலை - கமல்ஹாசன் பாராட்டிய நாவல்- எழுதிய முத்துமீனாள் கூட வந்திருந்தார். அவருக்கும் என்னுடைய நிலைமைதான்.)

அங்கே பேசியவை:

1. நீங்கள் அடிக்கடி செய்யும் ஒரு முக பாவனை என்ன? செய்து காட்டுங்கள்.

(நான் புருவத்தைச் சுருக்கி, கண்களை முறைத்து) எதிரில் இருப்பவர் ஒரு விஷயத்தைச் சொல்கிறார். அது நம்பத்தகுந்ததாக இருக்கவில்லை. அப்போது இப்படிச் செய்வேன்.

2. உங்கள் முகத்தை பற்றி என்ன நினைக்கிறீர்கள்?

டிபிகல் திராவிட முகம். அப்படின்னா என்னன்னு சொல்லிடறேன். ஆண்மை ததும்பும் அப்பாவித்தனமான முகம்.

3. முகம் என்பது முகம் மட்டும் தானா அல்லது அது வேறும் ஏதும் சொல்கிறதா?

"அகத்தின் அழகு முகத்தில் தெரியும்" என்று சொல்லப்படும் இங்கேதான் "இந்தப் பூனையும் பால் குடிக்குமா!" என்றும் சொல்கிறோம். முகத்தை வைத்து எடை போடுவதெல்லாம் பெரும்பாலும் தவறாகவே இருக்கின்றன. என் சொந்த அனுபவம் எப்படி இருக்கிறது என்று சொல்கிறேன். என் பக்கத்து வீட்டுக்காரர்கள், அலுவலகத்தில் உடன் பணிபுரிபவர்கள், பொது வாழ்க்கையில் சந்திப்பவர்கள் என யாரை எடுத்துக் கொண்டாலும் அவர்களைப் பற்றி அதாவது அவர்களின் முகம் பார்த்து நான் ஆரம்பத்தில் கொண்டிருந்த எண்ணம் பெரும்பாலும் தவறாய்த்தான் இருந்திருக்கிறது. *(பிறகு ஆட்டோ அனுபவத்தைச் சொல்கிறேன். Discrimination பற்றிப் பேச ஆரம்பிக்கையில் கோபிநாத் இடைமறித்து விடுகிறார்)*

4. எந்த மாவட்டப் பெண்களின் முகம் அழகு?

(முதலில் கோவை எனச் சொல்ல நினைக்கிறேன். ஆனால் நிறையப்பேர் அதைச் சொல்லி விட்டதால் இக்கேள்விக்கு பதிலளிக்க வேண்டாம் என்றிருக்கையில் மைக் என்னிடம் வருகிறது) சென்னை. ஏன்னா நான் அங்கேதான் காலேஜ் படிச்சேன். அங்கேதான் தமிழகத்தின் அத்தனை பெஸ்ட் அழகுகளும் இம்போர்ட் ஆகிறது. தவிர, அங்கே போகும் பெண்கள் அந்த நகரத்துக்கேற்றவாறு தம்மை இன்னும் அழகுபடுத்திக் கொள்கின்றனர். அந்தக் கதம்பம் பிடிக்கும்.

5. உங்களால் மறக்க முடியாத முகம் எது?

(கேள்வி கேட்டவுடன் மைக் என்னிடம் நீட்டப்பட்டு விடுகிறது. யோசிக்க க்ஷணம் கூட இல்லாத நிலையில் பதில் சொல்கிறேன்) கமல்ஹாசன். திடீர்னு கேட்டதால அதுதான் தோனுது.

5a. ஏன்?

எல்லா கேரக்டர்களையும் உள்வாங்கிக் கொள்ளும் முகம். பெண்மை கலந்த முகம்.

6. முகத்தை வைத்து நீங்கள் கொண்டிருக்கும் அபிப்பிராயம் என்ன?

அழகான பெண்கள் புத்திசாலிகளாக இருக்க மாட்டார்கள்.

6a. ஏன்?

என் அனுபவங்கள் அப்படி இருக்கின்றன.

7. முகம் பற்றி இது போல் முன் அபிப்பிராயம் கொள்ளாதிருக்க என்ன செய்யலாம்?

நாம் ஒருவரைப் பார்த்தவுடன் வரும் முதல் இம்ப்ரெஷன் தவிர்க்கவியலாதது. ஆனால் அதற்குப் பிறகு அதைச் சார்ந்து அவருடன் பழகலாமா, வேலை தரலாமா என்பது போன்ற முடிவுகள் நாம் சிந்தித்து எடுப்பவை. இடைப்பட்ட நேரத்தில் சுதாரித்துக் கொண்டு அந்த போலி இம்ப்ரெஷனை உதாசீனப்படுத்தி விட வேண்டும்.

8. தன் சொந்தக் கணவனால் முகத்தில் திராவகம் வீசப்பட்ட சாந்தி என்ற பெண்ணைக் குறித்து கருத்துக் கேட்கிறார்கள் ("நீங்க எழுத்தாளர் தானே!" என்ற முன்னொட்டுடன்).

மிகவும் வருந்ததக்க சம்பவம். காலம்தான் இவரைத் தன் கணவரை மன்னிக்க வைத்திருக்கிறது.

(28-டிசம்பர்-2012)

(இந்த நிகழ்ச்சிக்கு தயார் செய்து போன விஷயங்கள் பற்றி நான் எழுதிய கட்டுரை 'கற்பதுவே கேட்பதுவே கருதுவதே' கட்டுரைத் தொகுதியில் இடம் பெற்றிருக்கிறது.)

27. எல்லாம் ஒரு விளம்பரம்தான்

பத்திரிக்கையோ, வானொலியோ, தொலைக்காட்சியோ - ஊடகம் எதுவாயினும் விளம்பரத்தின் நோக்கம் ஒன்றுதான். பார்ப்பவரைக் கவனிக்க வைக்க வேண்டும்; முடிந்தால் யோசிக்க வைக்க வேண்டும் (அல்லது யோசிப்பதைத் தடுக்க வேண்டும்); அதன் மூலமாகப் பொருளை வாங்க வைக்க வேண்டும். வியாபாரம் நடக்க வேண்டும்.

தொலைக்காட்சி விளம்பரங்களில் சில வினாடிகளுக்குள் ஒரு சுவாரசியமான கதை சொல்லி பொருளை விற்க வேண்டும். அவை பொதுவாய் ஒரு திரைக்கதையின் *three-act structure*ஐக் கொண்டிருக்கும்; தவிர எதிர்பாராத ஒரு முடிவைக் கொண்டிருக்கும் - *O. Henry* அல்லது சுஜாதாவின் சிறுகதை போல. வானொலி விளம்பரங்கள் பெரும்பாலும் *slogan rhymings*களை நம்பி இருப்பவை; அதன் *creativity scope*ம் குறைவு என்பதால் பேசவும் அவ்வளவாய் ஏதுமில்லை. நடிகர் விவேக் எஃப்எம் விளம்பரங்கள் பற்றி ஏற்கனவே போதுமான அளவு கிண்டலடித்து விட்டார். அதனால் பாவம், விட்டு விடலாம்.

ஆனால் உண்மையில் இவை இரண்டையும் விட சவால் மிகுந்தவை பத்திரிக்கை விளம்பரங்கள்தாம். தொலைக்காட்சி விளம்பரங்களில் சொல்லப்படும் அதே கதையை ஒரு புகைப்படம் மற்றும் சில

வார்த்தைகளில் சொல்ல வேண்டும். இதற்கு மிகுந்த கற்பனைத் திறன் தேவை - எடுப்பவருக்கு மட்டுமல்ல; பார்ப்பவருக்கும்.

PACE என்கிற சலவை சோப்புக்கான இந்த விளம்பரங்களை கவனியுங்கள்.

இந்த விளம்பரங்களில் சலவையின் வெண்மையை மிகைப்படுத்திச் சொல்லி இருக்கிறார்கள். இதில் முக்கிய விஷயம் அதைச் சொல்லிய முறை. இதன் கவர்ச்சி அந்த பெண் உடலின் *exposure* அல்ல - அவளது உள்ளாடையை உங்களை கவனிக்கச் செய்து, அதைக் குறித்து யோசிக்க வைத்ததுதான். பார்வையாளனை யோசிக்க வைக்கும் போது, அவன் விளம்பரம் எனபதைத் தாண்டி தன் வாழ்க்கையோடு அதைத் தொடர்புபடுத்தி அப்பொருளை தனக்கு நெருக்கமாக, தனக்கு தேவையான ஒன்றாக உணர்கிறான். அங்குதான் விளம்பரம் பொருளாதார ரீதியாக வெற்றி பெறுகிறது.

அடுத்து இந்த விளம்பரம் - *Hansaplast* என்கிற ஆணுறைக்கானது. ஒரு தொலைக்காட்சி விளம்பரத்தில் கூட இவ்வளவு நேர்த்தியாக சொல்ல முடியுமா எனத் தெரியவில்லை!

(ஏப்ரல் 18, 2009)

28. சமூகத்தில் கலத்தல்

(ஆழம் - செப்டெம்பர் 2012 இதழில் சமூகவலைதளங்களில் பிரபலங்கள் குறித்த என் கட்டுரை - கலைஞர் முதல் வலைஞர் வரை - வெளியானது. அதன் பொருட்டு ட்விட்டரில் தீவிரமாக இயங்கும் பிரபலரான பாடலாசிரியர் மதன் கார்க்கியை தொலைபேசி வழி ஒரு குறும்பேட்டி எடுத்தேன். பேட்டி சற்றே நீண்டு விட்டதால், தேவையானதை மட்டும் கட்டுரையில் பயன்படுத்திக் கொண்டேன். முழுப் பேட்டியை இங்கே வாசிக்கலாம்.)

1) சமூக வலைதளஙகளில் இருப்பதனால் ப்ளஸ்கள் என்னென்ன?

நான் ட்விட்டரில் மட்டும் இருக்கிறேன்; ஃபேஸ்புக்கில் இல்லை. ஆரம்பத்தில் சமூக வலைதளங்கள் எனக்கு அர்த்தமற்றவையாகவே தோன்றின. "என்ன செய்து கொண்டிருக்கிறீர்கள்?" என்ற கேள்விக்கு பதிலளிக்கும் ஸ்டேட்டஸ் அப்டேட்கள் தாம் இதன் அடிப்படை. பிறகுதான் இவற்றின் முக்கியத்துவம் மெல்லப் புரிந்தது.

படிப்பு முடித்து ஆஸ்திரேலியாவிலிருந்து இந்தியா திரும்பிய பின் எனது ஆராய்ச்சியின் போதுதான் சமூக வலைதளங்களின் நிஜமான பலத்தை உணர்ந்தேன். ஒரு சந்தேகம் கேட்டு ட்வீட் போட்டால் உடனடியாக நூறு பேர் பதில் சொன்னார்கள். பின்னர் தமிழ் பாட்டுக்களை வகை *(genre)* பிரிக்கும் ஒரு வேலையை செய்தோம். அப்போது ட்விட்டரில் சுமார் 800 பேர் பங்களித்து உதவினார்கள். பத்து மணிநேரம் செய்ய வேண்டிய

வேலை பத்து நிமிடத்தில் முடிந்தது. இன்று எனது ஒரு பாடல் வெளியாகிறதென்றால் உடனடியாக 2500 - 3000 பேர் அது குறித்து கருத்துக்கள் பகிர்ந்து எதிர்வினை ஆற்றி விடுகிறார்கள். அது அடுத்தடுத்த வேலைகளில் நம்மை சரி செய்து கொள்ள உதவுகிறது.

இப்போது பட நிறுவனங்கள் பாடல் எழுத ஒப்பந்தம் செய்யும் போதே சமூக வலைதளங்களில் படத்தை ப்ரமோட் செய்ய வேண்டும் என்று சொல்கின்றனர்.

2) சமூகவலைதளங்களில் இருப்பதால் மைனஸ்கள் என்னென்ன?

சமூக வலைதளங்களில் பகிரப்படும் விமர்சனங்களின் வெளிப்படைத்தன்மை காரணமாக எதிர்மறைக் கருத்துக்கள் வருவது சகஜம் வரும். அவற்றை ஏற்றுக் கொள்ளும் மனப்பக்குவம் ஒரு சிலருக்கு இருப்பதில்லை என்பதால் சங்கடங்கள் உருவாகின்றன. இதை சமூக வலைதளங்களின் சிறிய மைனஸாகச் சொல்லலாம்.

3) ட்விட்டரில் நடந்த மறக்க முடியாத சம்பவம் / அனுபவம் என்ன?

அப்பாவை ட்விட்டருக்கு அழைத்து வந்ததுதான். முதலில் ஆர்வம் இல்லாது இருந்தவரை வாரம் ஒரு தடவை என்ன செய்கிறீர்கள் என்பது பற்றி மட்டும் ஒன்றிரண்டு விஷயம் சொன்னால் போதுமானது என்று சொல்லித்தான் வர சம்மதிக்க வைத்தோம். இப்போது அப்பாவுக்கே இது பிடித்துப் போய் விட்டது. ரெகுலராகப் பயன்படுத்துகிறார்.

முக்கிய சம்பவம்னா இதைத்தான் சொல்லனும்.

4) சமூக வலைதளங்கள் குறித்து வேறு ஏதேனும் குறிப்பிடத்தகுந்த விஷயம்?

சமீபத்தில் நடந்த விஷயம்.

மாற்றான் படத்தில் ஒரு சிச்சுவேஷனுக்கு இரண்டு பல்லவிகள் எழுதினேன். அவற்றில் ஒன்று தமிழில் தொடங்குவது; மற்றது ஆங்கிலத்தில் தொடங்குவது. ஹாரிஸ் ஜெயராஜ், கே.வி. ஆனந்த் இருவருக்குமே இரண்டுமே பிடித்திருந்தது. என்ன செய்வதென்று

யோசித்து கடைசியில் பாட்டை ரசிக்கப் போவது மக்கள்தான், அதனால் அவர்களுக்கு என்ன வேண்டும் என்று அவர்களையே கேட்டு விடுவோம் என முடிவு செய்து ட்விட்டரில் கருத்துக் கேட்டோம். நிறையப் பேர் தமிழ் பாட்டு ஏன் ஆங்கிலத்தில் தொடங்க வேண்டும் என்று சொல்லி தமிழ் பல்லவிக்கே ஓட்டளித்தனர். அப்படித் தேர்வானதுதான் மாற்றான் படத்தில் வரும் "கை கால் முளைத்த காற்றே" பாடலின் பல்லவி.

29. ஒரு சிறிய கலைக் குற்றம்

ராம் கோபால் வர்மா ஒரு நேர்காணலில் விவரிக்கும் சம்பவம் வழியாக ரஹ்மானின் பாடல்கள் அவருடையவைதாமா என்ற சர்ச்சை எழுந்திருக்கிறது. அதில் ரஹ்மான் "என் பெயருக்குத்தான் பணம் தருகிறீர்கள், நான் போடும் பாடலுக்கு அல்ல" என்று தயாரிப்பாளர் சுபாஷ் கையிடம் சொன்னதாக ராம்கோபால் வர்மா சொல்கிறார்.

அதாவது "நானே பாடலை உருவாக்க வேண்டும் என அவசியமில்லை; நான் அங்கீகரிக்கும் *(endorse)* ஒரு பாடல் என்னுடைய பாடலாகவே கருதப்பட வேண்டும், திரைக்குப் பின் உண்மையில் போட்டது யார் என்பது பற்றி நீ கவலைப்பட அவசியமில்லை. உனக்குப் பாடல் பிடிக்கவில்லை என்றால் சொல், நான் வேறு தருவேன், அது வேறு விஷயம்." என்பது அவரது சாரம். அப்படி சுபாஷ் கை நிராகரித்த பாடல்தான் *Slumdog Millionaire*-ல் ஆஸ்கர் வாங்கிய *Jai Ho* ஆனது என்கிறார் *RGV*.

என் புரிதல் 90களின் இறுதியில் ரஹ்மான் இந்தியில் *most wanted* இசையமைப்பாளர் ஆகிறார். ரஹ்மானின் இசை அமைப்பு முறை ராஜாவுடையதைப் போல் *spontaneous* ஊற்று அல்ல. மெல்ல மெல்ல, யோசித்து யோசித்து, செதுக்கிச் செதுக்கிச் கட்டமைக்கிறார், அதில் அலங்காரம் சேர்த்துக்கொண்டு பல்வேறு *layer* செருகிறார். அது போக பாடும் கலைஞர்கள், கருவிகளை

வாசிக்கிறவர்களுக்குச் சுதந்திரம் அளித்து அவர்கள் *creative*-ஆக ஏதாவது சேர்த்து, அது நன்றாக இருந்தால் ஏற்றுக் கொள்கிறார். இது பரவலாக பலர் சொல்லி பொதுவெளியில் இருக்கும் தகவல்தான். எனவே ராஜாவைப் போல் ஒரு நாளில் மொத்த ஆல்பமும் போடுதல் என்ற விஷயமே ரஹ்மானுக்கு நடக்காது. வைகல் எண்டேர் செய்யும் தச்சன் போல் ஒரு பாடல் போட்டு ரெக்கார்டிங் முடிக்கச் சில நாள் எடுப்பார் என்பது தெளிவு.

ஆனால் ஒரு பக்கம் வாய்ப்புகள் பாலிவுட்டில் குவிய ஆரம்பிக்கிறது. மாற்று மதத்தவர் எனினும் தேடி வரும் மஹாலக்ஷ்மியை எட்டி உதைக்க முடியாது. தானே செய்ய *bandwidth* இல்லை, எனவே இந்த மாதிரி தனக்குக் கீழே கலைஞர்களை வைத்து பாடல்களை உருவாக்கி அதில் தன் லேபிளை ஒட்டிக் கொண்டிருக்கலாம். இது போல் சில பிரபலப் பாடலாசிரியர்களும் தொழிலின் உச்சத்தில் இருந்த போது செய்ததாகக் கேள்விப்பட்டிருக்கிறேன். எனவே இது புதிய குற்ற நுணுக்கம் ஒன்றும் இல்லை.

ரஹ்மான் ஒரு சிறந்த இசையமைப்பாளர் என்பதில் இருந்து வெற்றிகரமான வியாபாரியாக மாறிய பின் சில சமயங்களில் இம்மாதிரி நடந்திருக்கலாம் என்பது என் துணிபு. அவர் அப்படிச் செய்தது மொத்தப் படைப்புகளில் எத்தனை சதவிகிதம் என்பதுதான் இது ரஹ்மானின் இசை ஆளுமையையே கேள்விக்குள்ளாக்குமா என்பதைத் தீர்மானிக்கும். என் தனிப்பட்ட ஊகம் அதிகபட்சம் 10% இருக்கலாம்.

அது கொஞ்சம் மன்னிக்கத்தக்க குற்றமே!

(ஏப்ரல் 18, 2024)

30. The Curious Case of மீனம்மா கயல்

கடந்த சில ஆண்டுகளில் நான் அவ்வப்போது எதிர்கொள்ளும் ஒரு கேள்வி "நீங்கள்தான் மீனம்மாவா?" என்பது. முதலில் எனக்கு அவப்பெயர் வருகிறதே என்று கவலையில் பதில் சொல்லத் தொடங்கி, பின் அவருக்கு அவமதிப்பாகிறதே என்ற புரிதலில் பதிலிறுத்துக் கொண்டிருந்து, அப்புறம் அவசியமில்லை என உணர்ந்து விளக்கமளிப்பதையே விட்டு விட்டேன். இன்று மீண்டும் ஓர் அன்பர் அக்கேள்வியை நினைவூட்டினார்.

மீண்டும் சொல்கிறேன். அவர் என் ஃபேக் ஐடி அல்ல. யாருடைய ஃபேக் ஐடியும் அல்ல. அவரைப் பார்த்ததில்லை. குரல் கேட்டதில்லை. ஆனாலும் நானுணர்ந்த வரை அவர் நிஜமான பெண்தான். இன்னொரு விஷயம் ஒரே மனிதன் இந்தப் பக்கம் இத்தனை எழுதிக் கொண்டு, அந்தப் பக்கம் ஒரு பெண்ணாய் மாறி அத்தனை எழுதுதல் - அதுவும் முற்றிலும் வேறு உள்ளடக்கம், நடை, தொனி - மானுட சாத்தியமா? என் மின்னிதழிலும் மின்னூல்களிலும் பணிபுரிந்திருக்கிறார் என்பதாலேயே அவர் நானாகி விடுவாரா!

அவர் தனி. அவரெழுத்து தனி. வதந்திகளின் கேள்வி ஞானத்தில் ஃபேக் ஐடியா என்று போகிற போக்கில் கேட்கும் கேள்வியில் அவரது தனித்துவ ஆளுமையையே ஒட்டு மொத்தமாய்ச் சிதைக்கிறீர்கள்! அவரும் கவலைப்படுவதாய்த் தெரியவில்லை.

அவர் ஃபேக் ஐடியாய் இருந்து விட்டால் பலருக்கும் நிம்மதி

என்பதும் புரிகிறது. பிறகு, அப்படி ஒரு பெண் எழுதுகிறார் (உள்ளடக்கத்தின் தர்க்கப்பூர்வம் மற்றும் வெளிப்படைத்தன்மை) என்ற சங்கதியை ஜீரணிக்கச் சிரமமாய் அல்லவா இருக்கிறது!

(ஜூன் 22, 2018)

★

ஆண்களைக் குஷிப்படுத்தும் வகையில் எழுதும் ஓர் ஐடியை எப்படி வாழ்த்துகிறீர்கள் என மீனம்மா கயலுக்குப் பிறந்த நாள் வாழ்த்துப் பதிவிட்டதை முன்வைத்து ஓர் அறக்கேள்வி எழுப்பியிருந்தார் நண்பர். அவருக்கு நான் எழுதிய பதில் இது:

1) ஒரு மனிதரை 'ஐடி' என்று சொல்வதே தவறாகத் தோன்றவில்லையா? நம்மிடம் அவர் போலி என்பதற்குப் போதுமான ஆதாரங்களோ, அவரது வாக்குமூலமோ இருந்தால் ஒழிய அப்படிச் சொல்வதே ஓர் அபத்தம்தான். ஊகங்களோ, ஆசைகளோ உண்மைகள் ஆகி விடா. என்னிடம் அவர் நிஜப் பெண் என்பதற்கு ஆதாரம் உண்டா என நீங்கள் திருப்பிக் கேட்கலாம். இல்லை. ஆனால் நான் *"innocent until proven guilty"* என்பதையே பெரும்பாலும் பின்பற்றுபவன். அதனால் அவர் ஒரு பெண் என நம்புகிறேன். ஒருவர் தன்னை என்னவாக முன்வைக்கிறாரா அதை ஏற்பதே எளிய அணுகுமுறை. நான் ஏன் இதை இவ்வளவு விவரிக்கிறேன் என்றால் அவர் வெறும் 'ஐடி' என்பதில் இருந்துதான் ஆழ்மனதில் உங்கள் குற்றச்சாட்டின் வேரே தொடங்குகிறது என நினைக்கிறேன்.

2) அவர் தான் நம்புகிற ஒரு கருத்தை எழுதுகிறார். அவர் ஆண்கள் கோபப்படும் பல கருத்துக்களையும் எழுதி இருக்கிறார். ஆனால் பொதுவாக ஆண்கள் அதற்கெல்லாம் அசர மாட்டோம். அப்படித்தான் பெண்கள் பற்றியும் எழுதுகிறார். அது சில பெண்களுக்குச் சினமூட்டக்கூடும். அது அவர்களின் இயல்பு. இதில் பெண்கள் கொதிக்கிறார்கள் என்பதை மட்டும் எடுத்துக் கொண்டு (அதாவது தேர்ந்தெடுத்த எதிர்வினைகளை மட்டும் கொண்டு) ஒருவரை முத்திரை குத்துவதில் என்ன தர்க்கம் இருக்கிறது? அது ஒரு மாதிரி *selective view* மட்டுமே இல்லையா!

3) இன்னொன்று: சில சமயம் அவர் ஒரே விஷயம் தொடர்பாக இரு எதிரெதிர் கருத்துக்களை இடைவெளி விட்டு இரு தனித்தனிப்

பதிவுகளாக எழுதுகிறார். அதாவது இரண்டு தரப்பையும் பேசிப் பார்க்கிறார். அது அவரது ஒரு க்யூரியாஸிட்டி அல்லது பரிசோதனை முயற்சி எனப் புரிந்து கொள்கிறேன். (அது அவரது நம்பகத்தன்மையைக் குலைக்கலாம். ஆனால் அவருக்கு அது பற்றி அக்கறை இல்லை எனும் போது மற்றவர்க்கு என்ன!) ஆக, ஒரு விஷயத்தில் பெண்களை விமர்சித்து எழுதிய கொஞ்ச நேரத்தில் அதே விஷயத்தில் ஆண்களை விமர்சித்தும் எழுதி இருக்கிறார். அதையும் கணக்கில் கொள்ளத்தானே வேண்டும்! ஜோதிடம் சொன்னவற்றில் நடப்பதை மட்டும் எடுத்துக் கொண்டு அதை நம்புவதை போன்றது அல்லவா அது!

4) உண்மையில் மீனம்மா எவரையும் குஷிப்படுத்த எழுதுவதாக எனக்குத் தனிப்பட்டுத் தோன்றவில்லை. சொல்லப் போனால் தன் ஃபேஸ்புக் / ட்விட்டர் கணக்குகளை போகிற போக்கில் மூடி விட்டு புதிய கணக்குகள் தொடங்கி இருக்கிறார். அதில் அவர் இழக்கும் ஆயிரக்கணக்கான ஃபாலோயர்கள் பற்றி அக்கறை கொண்டதில்லை. அதில் காணாமலான அவரது சிறுகதைகள் பற்றியும் கவலைப்பட்டதாகத் தெரியவில்லை. அப்படியான ஒருவர் லைக்குகளுக்காக, ஃபாலோயர்களுக்காக, பிரபல்யத்துக்காக ஒரு சாராரைக் குஷிப்படுத்த, வேண்டுமென்றே சில சர்ச்சைக்குரிய கருத்துக்கள் சொல்கிறார் என்பதை ஏற்க முடியவில்லை.

5) பெண்களை விமர்சித்தல் என்றில்லை, பொதுவாகவே அவர் எழுதும் சில கருத்துக்கள் மிகையாக, அதீதமாக எனக்கும் தோன்றி இருக்கின்றன. அவை வெறும் நகைச்சுவையா, சீண்டல் முயற்சியா அல்லது உண்மையாகவே அப்படி எண்ணுகிறாரா எனப் புரிந்து கொள்ள முயன்றிருக்கிறேன். எல்லோருக்கும் அப்படி மிகைக் கருத்துக்கள் இருக்கும். ஆனால் யோசித்துப் பார்த்தால் ஒரு மிகையான கருத்தும், அது மிகையெனத் தோன்றுவதும் - இரண்டுமே அவரவர் அனுபவம், அறிவு இவற்றில் இருந்தே உருவாகிறது. அதைச் சரி, தவறு என்று கருப்பு, வெள்ளையாக அடைக்க முடியாது. நமக்கு ஏற்பில்லை என்பதாலேயே ஒரு கருத்து வேறொருவரை மகிழ்ச்சிப்படுத்தச் சொல்லப்படுகிறது என்று சொல்லி விட முடியாதே! தவிர, ஒருவர் எப்போதும் நம்மைக் குஷிப்படுத்தும் வகையில் எழுதுவார் என்றும் எதிர்பார்க்கக்கூடாதல்லவா! ;-)

6) இதெல்லாம் தாண்டி, மீனம்மா எனக்கு உவப்பான ஓர் எழுத்தாளர்தான். அவரிடம் உண்மைக்குக் கண் கூசாத ஒரு தன்மை இருக்கிறது. அவரது அடையாள மறைப்பில் அதற்கான தைரியம் இருக்கிறது என நாம் சொல்லலாம். ஆனால் அடையாளம் மறைத்த எத்தனை பேர் அதைச் செய்கிறார்கள்! சமூக வலைதளங்கள் சிந்தனைப் புலம் என்ற அடிப்படையிலும் சரி, கலகலப்பான கூடுமிடம் என்ற வகையிலும் சரி, அவரது இருப்பால் ஃபேஸ்புக் செழுமையடைகிறது என்றே பார்க்கிறேன். *She is an asset.*

7) எனவே, நண்பர் என்ற வகையிலும், வாசகர் என்ற வகையிலும் மீனம்மா கயலுக்குப் பிறந்த நாள் வாழ்த்து சொல்வதில் எந்தத் தயக்கமும் எனக்கில்லை! :-)

★

சர்ச்சைக்குரிய அந்தப் பிறந்த நாள் பதிவு இது:

அவரது உயரத்துக்கு அத்தாட்சி என்ன என்றால் அவர் நிஜ ஆள் அல்ல என்று இங்கே 99% பேர் நம்புவதுதான். அதெப்படி அவ்வளவு அறிவாக, திறமையாக, அதிரடியாக ஓர் ஆள் இருக்க முடியும் - அதுவும் பெண் - என்பதே அவர்களின் ஐயம். மாதம் ஒருவரேனும் அவர் பற்றி ஏதாவது என்னிடம் நேரடியாகவோ மறைமுகமாகவோ விசாரிக்கிறார்கள். நான் ஆள் பொருத்து பொறுமையாகவோ, சினந்தோ பதில் அளிக்கிறேன். நேற்று இரவு கூட ஒரு நண்பர் அவரது உண்மைத்தன்மை குறித்து அலைபேசியில் என்னிடம் விசாரித்தார்.

இதோ ஆயிரமாவது முறையாக மீண்டும் இதைச் சொல்கிறேன்: நானும் அவரைப் பார்த்ததில்லை, பேசியதில்லை. ஆனால் அவர் நிஜமான ஆள் என்றும் பெண் என்றும் நம்புகிறேன். அஃது ஓர் உள்ளுணர்வுதான். அதைத் தாண்டி அவர் ஒரு டீச்சரா, எந்த ஊரில் வசிக்கிறார், அவர் குடும்பத்தில் எத்தனை பேர் என்பதெல்லாம் நமக்கு அவசியமற்ற தற்காலிகச் சுவாரஸ்யங்கள் மட்டுமே என்று நினைக்கிறேன்.

அவரிடமிருந்து நாம் எல்லோரும் கற்க ஒரு விஷயம் இருக்கிறது. பரந்துபட்ட பல்துறை விஷயங்களில் ஆர்வமும், கற்கும் முனைப்பும், அதற்குச் செலுத்தும் உழைப்பும். அவர் எனக்கு 2014 வாக்கில் ட்விட்டரில் அறிமுகமான போது அவருக்கு டிஜிடல்

ஆர்ட் தெரியாதென நினைக்கிறேன். பிறகு கற்றுக் கொண்டு என் புத்தக மற்றும் மின்னிதழ் அட்டைப் படங்கள் பலவற்றை வடிவமைத்தார். அவர் இலக்கியம் வாசிக்கத் தொடங்கியதும், உலக சினிமா பார்க்கத் தொடங்கியதும் அதன் பிறகுதான் என்றும் நினைக்கிறேன். இன்று அவரிடம் ஒருவர் ரெஃபரன்ஸுக்குப் படங்கள் கேட்க முடியும். இப்போது பங்குச் சந்தை பற்றி எழுதுகிறார் - இதுவும் சமீப ஓராண்டில் அவர் கற்றது என்றே ஊகிக்கிறேன். இது போக, மனித உளவியல், காமம், அரசியல், சமூகம், விளையாட்டு, ஃபேஸ்புக் / ட்விட்டர் அக்கப்போர்கள், உள்ளூர் சினிமா என எல்லாவற்றையும் தொட்டுச் செல்கிறார். எல்லாம் தாண்டி புனைவு எழுதுகிறார். அவரது சிறுகதைகளின் தொழில்நுட்பம் பற்றி எனக்கு மாற்றுக்கருத்து உண்டு என்றாலும் அவரிடம் சொல்லத்தக்க முக்கியமான கதைகள் இருக்கின்றன. நீங்களே யோசியுங்கள், இங்கே எத்தனை பேர் இத்தனை விஷயங்களில் கால் வைத்திருக்கிறார். நானே இல்லை!

எனக்கு இவை எதிலும் வியப்பில்லை. ஒன்று தவிர. இவை அனைத்தையும் அவர் எந்த இலக்கும் இல்லாமல் செய்கிறார். அதாவது அவ்விஷயங்களை அவர் தன் லட்சியம் ஒன்றை நோக்கிய பாதையாகப் பாவிப்பதில்லை; மாறாக அவற்றை அறிய வேண்டும், திளைக்க வேண்டும் என்பது மட்டுமே நோக்கம். *Pleasure of learning!* வாழ்க்கையை ரசிக்க இந்த மனநிலை முக்கியமானது எனத் தோன்றுகிறது.

ஏன் அவர் நிஜ ஐடி என்று பலருக்கு நம்ப முடியவில்லை? ஏனெனில் எப்படி ஒருவர் இவை அத்தனையையும் செய்ய முடியும், எப்படி அவ்வளவு நேரமும் சொகுசும் இருக்க முடியும் என்ற குழப்பமும் எரிச்சலும். ஒரு விஷயம் மீதான ஆர்வமும், அதற்குரிய நேரத்தையும் கொடுப்பதுதான் அவருக்கும் அவரை ஜீரணிக்க இயலாதவர்களுக்குமான இடைவெளி. அது ஒரு வாழ்க்கை முறை. நீங்களும் அப்படியான வாழ்வை மேற்கொண்டிருக்கிறீர்கள் என்றால் இது உறுத்தாது. அதைத்தான் அவரிடம் கற்க வேண்டியது எனக் குறித்தேன்.

நேற்று அவரது பிறந்த நாள். அவர் வசனத்தை அவருக்கே சொல்கிறேன்: நீடூழி வாழ்க!

(நவம்பர் 28, 2022)

31. பத்தாண்டுப் பரிணாமம்

பிறந்த நாள் வாழ்த்துக்கள்!

(2015)

★

பிறந்த நாள் வாழ்த்துக்கள் சௌம்யா!

(2016)

★

பிறந்த நாள் வாழ்த்துக்கள்ங்க! பழைய படைப்பூக்கமெல்லாம் இப்ப இல்லாத மாதிரி தெரியுது. மீண்டு வரவும்.

(2017)

★

ஏழரை ஆண்டுகளாக அவரைத் தெரியும். தமிழ்ச் சமூக வலைதள வரலாற்றில் முதன் முதலாகப் பெரும்புகழ் பெற்ற பெண். அதுவும் எழுத்திற்காக மட்டுமே அப்புகழை அடைந்தவர். அந்தப் புகழுக்குரிய தகுதியையும் கொண்டவர். அப்படியான நிகழ்வுகள் அரிதிங்கு. அதனாலேயே ஃபேக் ஐடி எனக் குற்றம் சாட்டப்பட்டவர். அரட்டைகேர்ள் என்பது ஒரு ப்ராண்டாகவே மாறி நின்ற காலமுண்டு. (இன்று நிலவும் பொட்டேட்டோ ரைஸ் பிம்பம் எல்லாம் வெகு பிந்தைய காலத்தில் நேர்ந்த ஒன்று.)

தமிழ் மின்னிதழுக்கு உதவியாய்ப் பிழைதிருத்தம் உள்ளிட்ட சில

வேலைகள் செய்திருக்கிறார். என் பெரும்பாலான படைப்புகளுக்கு – நல்லதோ, விமர்சனமோ – எதிர்வினையாற்றி இருக்கிறார். முடிந்த அளவு அவற்றைப் பரப்புவதில் முன்னின்றிருக்கிறார். அவற்றுக்கெல்லாம் சரியாய் நன்றி சொல்லி இருக்கிறேனா என்று கூட நினைவில்லை. இங்கே சொல்கிறேன்.

ட்விட்டர், ஃபேஸ்புக் தாண்டி வலைப்பதிவு, மின்னூல் எனத் தொடங்கியவர் கடந்த ஓரிரு ஆண்டுகளாக தொய்வடைந்து விட்டார் என்றே எண்ணுகிறேன். அதற்கு நூறு காரணங்கள் அவரிடமிருக்கக்கூடும். இந்தப் பிறந்த நாள் அவருக்கு அவற்றை எல்லாம் கடந்து வரும் வல்லமையை அருளட்டும்.

(2018)

★

2011ன் மத்தியில்தான் அவரைத் தெரியும். ட்விட்டரில் பெயருக்கேற்ப கீச்கீச்சென அரட்டை அடித்துக் கொண்டிருந்தார். இடையே அரிதாய்ச் சில ஒற்றை வரித் தெறிப்புகள் இருந்ததுதான் திரும்பிப் பார்க்க வைத்தது. ஃபாலோயர்கள் எண்ணிக்கை நூற்றுக்கணக்கில் எகிறிக் கொண்டிருந்தது. இன்றைப் போல் அல்ல; அன்று அது பெரிய சமாச்சாரம். காரணம் அன்று தமிழில் மிகச் சில ஆட்களே ட்விட்டர், ஃபேஸ்புக்கில் உலவிக் கொண்டிருந்தோம். சமூக வலைதளங்களில் பெண்களுக்கு (மற்றும் பெண் ஐடிகளுக்கு) கூட்டம் கூடுவதை ஒரு பெரிய விஷயமாகக் கருதத் தேவையில்லை என்பது உண்மைதான் என்றாலும் அவருக்குக் கூடிய கூட்டத்தில் சரி பாதியாவது அவர் எழுத்தைப் படித்துப் பின் தொடர்ந்ததாக இருக்கும் என்பதால் அதைச் சுட்ட முற்படுகிறேன். ஆதி முதல் இன்று வரை தமிழில் சமூக வலைதளம் வழி எழுத வந்த பெண்டிரில் சுவாரஸ்யமாக, உருப்படியாக எழுதுவோர் என நான்கைந்து பேரைச் சுட்ட முடியும்தான் என்றாலும் அவர்களில் முதன்மையாக அவரைச் சொல்வேன். (அதிகம் புழங்காததால் ஃபேஸ்புக்கில் அவர் அத்தனை பிரபலமில்லை.)

முன்பொருமுறை சொல்லியிருந்தேன், ஒரு வண்ணமயமான பட்டாம்பூச்சியின் கனவு மாதிரி இருக்கின்றன அவரது ட்வீட்கள் என. அவருக்குச் சுவாரஸ்யமும் வசப்படுகிறது; ஆழமும் ஆங்காங்கே தெரிகிறது. ரொமான்ஸூம் கை வருகிறது; குழந்தைத்தனமும் காட்ட முடிகிறது. அவரை வாசித்தால் புன்னகைக்கவும் முடிகிறது;

சமயங்களில் சிந்திக்கவும் தூண்டுகிறது. எல்லாவற்றையும் விட ஒரு துக்கத்தை மிக நாசூக்காக வாசக இரக்கம் கோராமல் எழுத முடிகிறது (கிடா கவிதை ஓர் உதாரணம்). பேரன்புகளாலும் பேரிழப்புகளாலும் ஆன ஒரு வாழ்விலிருந்துதான் இத்தகைய எழுத்து சாத்தியம்.

இன்னொரு மிக முக்கியமான விஷயம் அவரது எழுத்துக்களின் ஃபீல்குட் தன்மை. எதிர்மறைகள் நிறைந்த சமூக வலைதள எழுத்துக்கள் மத்தியில் அது ஓர் ஆசுவாசம். விளையாட்டான சமூக வலைதள உரையாடல்களில் அவரது உடனடி *witty* பதில்கள் அழகானவை. சொல்லப் போனால் அவரது ரசிகர் பட்டாளம் அதிலிருந்துதான் உருவாகிறது என்பேன்.

ரஜினிகாந்த் ரசிகை, ராஜேஷ்குமார் வாசகி என்பது தவிர வேறு கெட்ட பழக்கங்கள் இல்லாதவர். அவர் ஃபேக் ஐடி என சந்தேகிக்கப்பட்டது கூட நம் சமூகத்திடமிருந்து அவருக்குக் கிட்டிய மறைமுகப் பாராட்டுதான். (ஒரு பெண்ணால் இத்தனை நன்றாய் எழுத முடியுமா என்ற ஆழ்மனப் பொதுப்புத்தி.)

அவரது இன்னொரு தனித்துவம் சமூக வலைதள அக்கப்போர்களிலிருந்து தள்ளி நிற்பது. நான் முதன் முதலில் அவரிடம் தனிப்பட்டுப் பேசியது அவரை ஃபேக் ஐடி என்று சொல்லி ட்விட்டர் சமூகம் அடித்த ஒரு சந்தர்ப்பத்தில். அப்போது அவர் தன்னை நிரூபிக்கவியலாமல் தவித்துக் கொண்டிருந்தார். அதுதான் அவரைக் கடைசியாகப் பதற்றமாக அங்கே பார்த்தது. மற்றபடி, அவர் வாதங்களில், விவாதங்களில், சர்ச்சைகளில், சண்டைகளில் இறங்கிப் பார்த்த நினைவில்லை. படுகொலை செய்வேன் என்று ஒருவர் மிரட்டல் விடுத்தாலும் 'சரிங்க' என்று சாத்வீகமாகப் புன்னகைத்து நகர்கிறார். ஒரு காலத்தில் சமூக வலைதளச் சண்டியராக இருந்த (நினைத்திருந்த) எனக்கு அது ஆச்சரியத்தையும் எரிச்சலையும் அளித்தது. பிறகு மெல்ல மெல்ல அதுவே சமூக வலைதளத்தைக் கையாளச் சரியான வழி என்பது புலப்பட்டது.

கடந்த சில ஆண்டுகளாக தனிப்பட்ட நண்பரும் கூட. என் பிறந்த நாளுக்கு வாழ்த்துகிறாரோ இல்லையோ என் மகன்களின் பிறந்த நாளுக்கு முதல் வாழ்த்து ட்விட்டரிலோ ஃபேஸ்புக்கிலோ அவரிடமிருந்து வந்து விடும். போலவே நெடுநாளாக என் எழுத்துக்களின் கட்டாய வாசகியாகவும், கறாரான அபிப்பிராயம்

சொல்பவராகவும், எழுத்துப் பிழை திருத்துனராகவும் இருக்கிறார். அவ்வழியிலான அவரது பாதிப்பு என் சமீப நூல்கள் அனைத்திலும் இருக்கிறது. என் தமிழ் மின்னிதழூக்கும் ஒரு கட்டத்தில் ஆலோசகராக இருந்திருக்கிறார். (கணிணி கிடையாது; அத்தனையும் தன் கைப்பேசியில்தான் செய்கிறார்.) இதில் நான் குறிப்பிட்டுச் சொல்ல விரும்புவது எனக்கு அட்டைப் படங்கள் செய்யும் மீனம்மா கயல் போலவே இதற்கெல்லாம் ஒற்றைப் பைசா என்னிடமிருந்து அவர் எதிர்பார்த்ததில்லை. அவர்கள் இருவருமே இதை எல்லாம் செய்வது என் மீதான மரியாதையினால் மட்டுமே. அது நாத்திகனான என் நல்லூழ். அதற்கு நன்றியறியும் ஒரு சிறுபதிலீடாகத்தான் ‘சேர நாட்டிளம் பெண்கள்’ என்ற என் கிண்டில் மின்னூலை அவருக்குச் சமர்ப்பித்திருந்தேன்.

சமூக வலைதள நட்சத்திரங்கள் எப்போதும் காளான்களின் குணமொத்தவர்கள். குறிப்பிட்ட காலகட்டத்தில் ஜ்வலித்துப் பின் சட்டெனக் காணாமல் போவார்கள். அப்படியல்லாமல் அவர் ஏழெட்டு ஆண்டுகளுக்கு மேலாய் நீடித்திருப்பதே முக்கியச் சாதனைதான். அதே சமயம் இதையும் சொல்லித்தான் ஆக வேண்டும்: பேயோனும், பாராவும், தோட்டாவும் அவர்கள் ட்வீட்களைத் தொகுப்பாகக் கொண்டு வந்த காலம் முதல் அவரது ட்வீட்களையும் தேர்ந்தெடுத்துத் தொகுப்பாகக் கொண்டு வரச் சொல்லிக் கொண்டே இருக்கிறேன். ஏனோ அவர்தான் அதில் அக்கறை காட்டுவதில்லை. (ஒரே ஆறுதல் தனக்கென ஒரு வலைதளம் தொடங்கியதும், ‘அம்மா’ என்ற இலவச பிடிஎஃப் மின்னூல் ஒன்று கொண்டு வந்ததும்தான்.)

கடந்த சில ஆண்டுகளாக நான் ட்விட்டரிலிருந்து வெளியேறி ரஜினிகாந்த் மாதிரி ப்ரமோஷனுக்கு மட்டும் அதைப் பயன்படுத்துவதால் அவர் அங்கே எப்படி எழுதுகிறார் எனத் தெரியாது. தவிர, இந்த ஆண்டுகளில் பொதுவாகவே அவருக்கு எழுத்தில் ஒரு தொய்வு ஏற்பட்டிருப்பதாகவும் உணர்கிறேன். இந்தப் பிறந்த நாள் அவர் மீள உதவட்டும். படைப்பூக்கமும் அதைப் பூரணமாக்கும் சூழலும் சித்திக்கட்டும். முன்பொரு பிறந்த நாளுக்கும் தனிப்பட்டோ, இங்கோ இதே சாயலில் வாழ்த்திய நினைவு. இம்முறை நிஜமாகவே நடக்கட்டும்.

(2019)

★

என் சினேகிதி
என் முதன்மை வாசகி
என் மரியாதைக்குரிய பெண்
பிறந்த நாள் வாழ்த்து!
(2020)

★

இந்த உலகில் யார் மீதும், எதன் பொருட்டும் பொறாமை கொள்ள அவசியமில்லாத பெண் எனத் தோன்றும் இவரைப் பற்றி. ஒவ்வொரு தகப்பனும் பெற விரும்பும் ஆதர்ச மகள்!

இவ்வளவு அறமும் அறிவும் கொண்ட இன்னொரு பெண்ணை அறிமுகமில்லை எனக்கு. பத்தாண்டுகளுக்கு மேலாக அதில் இம்மியும் மாற்றமே இல்லை என்பதே அது பிம்பம் அல்ல என்பதற்கு அத்தாட்சி. அவர் மீதான வியப்பெல்லாம் அதன் நிமித்தமே.

எமக்குள் முரண் உண்டு, பொதுப் புள்ளிகளும் கணிசம். அவற்றை எல்லாம் தாண்டி எந்த விஷயமென்றாலும் அவருடன் விவாதிக்க முடியும். அந்த மனமுதிர்ச்சிக்காகவே என்னை விமர்சிக்கும், கேலி செய்யும் சுதந்திரமும் உரிமையும் அவருக்குண்டு என நம்புகிறேன்.

1) "என் மனசாட்சி" என முரசொலி மாறனை வர்ணித்தார் கலைஞர். தவறுகையில் சுட்டி ஆற்றுப்படுத்தும் ஓர் ஆன்மா மிக முக்கியம்.

2) கே பாலச்சந்தர் ஒரு விழா மேடையில் கமல் ஹாசனிடம் "நீ ஒரு வேகத் தடையை உடன் வைத்துக் கொள்" எனக் கூற, "ஏற்கெனவே அப்படி ஒருவர் இருக்கிறார்" என்று சந்தான பாரதியைக் கை காட்டினார் கமல். அதாவது நம்மை நிதானப்படுத்தக்கூடிய ஒருவர்!

3) என் நம்பிக்கை ஓர் எழுத்தாளனுக்கு முதல் வாசகராக இருப்பவர் அவனது அத்தனை எழுத்துக்களையும் முழுக்க வாசித்தவராக, அவற்றை மிக மதிப்பவராக, நினைவில் வைத்திருப்பவராக, அதையொட்டிக் கருத்து உரைக்க முடிந்தவராக இருக்க வேண்டும்.

நூறு தீவிர வாசகர்களுக்குச் சமமான பலம் அது!

அதிர்ஷ்டவசமாக இம்மூன்றாகவும் எனக்கு அமைந்தவர்! அதனால் என் வாழ்த்தே கூட சுயநலம் மிக்க ஒன்றுதான்.

பிறந்த நாள் வாழ்த்து! நூறாண்டு நிறைக!

(2021)

★

2011ன் மத்தியில்தான் அப்பெண் எனக்கு அறிமுகமானார், ட்விட்டர் தளம் வழியாக. குழந்தைத்தனம், காதல் மனம், கற்பனை வளம் மூன்றும் கலந்த தனித்துவமான ஒரு குரல். பேருந்தின் ஜன்னலோரம் மாதிரி, வீட்டின் மொட்டை மாடி மாதிரி, மழைக் காலத் தேநீர் மாதிரி மனதை வருடும் எழுத்து. அன்று அது ட்விட்டர் சமூகத்தில் உண்டாக்கிய vibe என்பது சாதாரணமானதல்ல. அது ஒரு மேஜிக்தான்!

அப்போதெல்லாம் விகடன் வலைபாயுதே, குங்குமம் வலைப் பேச்சு இரண்டிலும் தொடர்ச்சியாக அவரது ட்வீட்கள் வரும். ஐந்தாறு ஆண்டுகள் ட்விட்டரின் முடிசூடா ராணியாகவே, செல்லப் பிள்ளையாகவே உலா வந்தார். பல ஆண்டுகளுக்கு ட்விட்டரில் தமிழில் எழுதும் பெண்களில் அதிக followers கொண்டவராக இருந்தார். (பிறகு நான் அங்கே அதிகம் போவதில்லை என்பதால் நடப்பு நிலவரம், சூழல் பற்றி அறியேன்.)

ட்வீட்டிலிருந்து வலைதளம். அதில் கவிதை, சிறுகதை, கட்டுரை என்று மேலேறினார். ஃபேஸ்புக்கிலும் நுழைந்தார். இத்தனையும் அவர் எழுதுவது செல்ஃபோனில் மட்டுமே. தனி வாழ்விலும் கடுமையான உழைப்பாளி.

அறிவும், குணமும் ஒரு சேரக் கொண்டவர். அவரிடமுள்ள முதிர்ச்சி வயதுக்கு மீறியது. அவரது புரிதல் எல்லோருக்கும் இருந்து விட்டால் உலகில் எவரும் மனம் புண்பட மாட்டார். அவ்வகையில் எனக்குத் தெரிந்த மிக மிகச் சில நல்லாத்மாக்களில் (good soul) ஒருவர். அதனாலேயே என் மரியாதைக்குரிய பெண்.

என் முதன்மைச் சினேகிதி. நம்பகமானவர். 'என்னை அறிந்தவர்' என்று நான் சொல்லத் தக்க மிகச் சிலருள் ஒருவர். என் அத்தனை

எழுத்துக்களையும் வாசித்திருப்பவர். என் பொருட்டுப் பல வன்மங்களை, வசைகளை எதிர்கொண்டவர். என்னை விமர்சிக்கும் உரிமை கொண்டவர். எனது ஆலோசகி.

பரஸ்பரப் பிடித்தம் நட்பில் இயல்பானதுதான். ஆனால் பரஸ்பர மரியாதை மிக அரிது. அப்படி நிகழ்வது ஓர் அதிர்ஷ்டம்தான். எங்கோ இருந்து கொண்டு எம் வாழ்வில் மின்னும் நட்சத்திரத்துக்குப் பிறந்த நாள் வாழ்த்துக்கள்!

நூறாண்டு நிறைக தோழி!

(2022)

★

அறிவும் குணமும் ஒரு சேர ஒருவரிடம் வாசம் செய்வதைக் காண்பது அரிது. இவரை நானறிந்த இந்தப் பன்னிரு ஆண்டுகளில் ஒவ்வொரு சந்தர்ப்பத்திலும் சங்கு சுட்டாலும் தரும் வெண்மையாகவே நின்றிருக்கிறார். கிரேக்கப் புராணத்தில் *Arete* என்ற பெண் தெய்வம் உண்டு - நற்குணத்தின் கடவுள். அதைப் பற்றி வாசித்த போது இவர் நினைவே எழுந்தது. ஆச்சரிய ஒற்றுமையாக இவரது ட்விட்டர் ஐடி அதே ஒலிப்பில் இருக்கும்: *Arattai.*

சினேகிதி, எழுத்தாளர் & *Arete Girl*-க்குப் பிறந்த நாள் வாழ்த்துக்கள்!

(2023)

★

பொற்குணம் பதினாறு

1) அறம்: நேர்மையாக இருத்தல், பிறருக்குத் தொந்தரவு தராதிருத்தல், நன்றியுடைமை.

2) அன்பு: அறிந்த / அறியா மனிதர்களிடத்தும் பிற உயிர்களிடத்தும் பிரியம் பாராட்டல்.

3) அறிவு: கற்பூரப் புத்தி, புரிந்துணர்வு, பல கோணங்களில் ஒரு விஷயத்தை யோசித்தல்.

4) ஒழுக்கம்: சொல், செயலில் கண்ணியம், கட்டுப்பாடு, குறைந்தபட்ச மனச்சுத்தி.

5) கற்பனை வளம்: சுவாரஸ்ய எழுத்து, புனைவுத் திறன், கூரிய நகைச்சுவை.

6) உழைப்பு: சளைக்காத முயற்சி, முனைப்பு, நிதானம், பொறுமை கைகொள்ளல்.

7) இங்கிதம்: பொறாமையின்மை, எல்லை மீறாமை, மற்றவர் விஷயத்தில் ஆர்வமின்மை.

8) யதார்த்தம்: பாசாங்கின்மை, மிகை செய்யாமை, சூழலுணர்ந்து ஏற்றுக் கொள்ளல்.

9) ஆர்வம்: தொடர் கற்றல், திறன்களை மெருகேற்றல், புதியன முயற்சி செய்தல்.

10) மேம்பாடு: சுயபரிசீலனை செய்தல், தவறுகளைத் திருத்தல், கூர்மையாதல்.

11) எளிமை: பணத்தை மதிக்காதிருத்தல், புறப் பகட்டுகளில் ஆர்வம் இல்லாமை.

12) இனிமை: நட்பை மதித்தல், அலுப்பூட்டாத, அசட்டுத்தனமற்ற உரையாடல்திறன்.

13) சரிதன்மை: திமிரின்மை, தவறுக்குக் குற்றவுணர்வு கொள்தல், வன்மம் இன்மை.

14) பொறுப்பு: வீடு, வேலை, எழுத்து என யாவற்றையும் நேர்த்தியாகக் கவனித்தல்.

15) பெரியாரியம்: மூட நம்பிக்கை இன்மை, மதப் பற்றின்மை, சாதி உணர்வின்மை.

16) காந்தியம்: அஹிம்சை, சத்தியம், சிக்கனம், மாமிசம் உண்ணாமை, மது அருந்தாமை.

இத்தனையும் நிறைந்திருக்கும் பெண் முன்மாதிரிக்குப் பிறந்த நாள் வாழ்த்துக்கள்!

(2024)

★

சௌம்யா பற்றிச் சில சிந்தனைகள்...

1) அவரை ஒரு சொல்லில் அடையாளப் படுத்துவதாக இருந்தால் *witty* என்பதைத் தேர்ந்தெடுப்பேன். கூர்மதியின் துரித நகைச்சுவை. அவரது பதிவுகள், கமெண்ட்கள் இரண்டிலும் இக்கூறினைக் கவனிக்கலாம்.

2) உலகைக் குழந்தை போல் பார்க்கும் அல்லது குழந்தைகள் வழியே உலகைப் பார்க்கும் வியப்பு எழுத்து அவருடையது. அறிவும் அறியாமையும் ஒரு சேர முயங்கும் *magical combo* இது என்பதால் அவரது வியப்பை ஒரு நிலைக்கண்ணாடி போல் நாமும் பிரதிபலிக்க வேண்டியதாகிறது அது ஒரு *feel-good* உணர்வு.

3) மின்வேலியை அணுகாமல் தயங்கி நிற்கும் யானைக் குட்டி போல் கறாரான கோடு போட்டுக் கொண்டு எல்லையைத் தாண்டாத ரொமான்ஸ் எழுத்துகள் அவருடையவை. ஒரு முதிராச் சிறுமியின் மொழியில் குமரியின் காதல் பேசப்படும் போது அதில் மென்காமம் நாணத்துடன் குறும்பின் வேடம் கட்டிக் கொள்கிறது. இதைக் காதலின் மழலைத்தனம் எனலாம். இரு பாலினமுமே உறுத்தாத இவ்வியல்பில் வசீகரிக்கப்படும்.

4) அனுபவங்களை எளிய மொழியில் சொல்லி அதில் ஓர் ஆழச் சிந்தையை ஒளித்து வைத்தல் அவரது பாணி. அது வாசிப்போரைத் தம் அனுபவங்களுடன் தொடுத்துக் கொள்ள வைக்கும். சில சமயம் அது சம்மந்தமாக அவர்களின் பார்வையில் மாற்றத்தை உண்டாக்கவும் வல்லது. அதன் பலனாக எழுதியவரை இயல்பாக மனதுக்கு நெருக்கமாக எண்ணச் செய்து விடும்.

5) அரசியல், சமூக, சமகால நிகழ்வுகள், சினிமா, இலக்கியம் தொடர்பான அவரது கருத்துக்கள் சென்சிபிலானவை. ஓர் அறம் அவரை அறியாமல் அவரது எழுத்துக்களில் தொடர்ந்து வெளிப்பட்டுக் கொண்டே இருக்கிறது. ஒப்பீட்டளவில் அது அரிது என்பதால் ஒளிமிகு காரிகையாக அவர் நமக்குத் தொனிக்க ஆரம்பிக்கிறார்.

6) வசைகளை, கேலிகளை, எதிர்ப்புகளை அவர் எதிர்கொள்ளும் முறை மெச்சத் தக்கது. அதில் வெளிப்படும் அலாதியான முதிர்ச்சி எதிர் நிற்கும் எவரையும் - மனசாட்சி இருந்தால் - தடுமாறச் செய்யக் கூடியது. காந்தியப் பாணி! அவரைப் பிடிக்காமல் போய் ஒருவர் சமூக வலைதளத்தில் விலகினார் என்று சொன்னால்

- அது ஆணோ பெண்ணோ - அவரது மனவுறுதியை நிச்சயம் வியப்பேன்.

7) அஞ்சலி, இதர அழகிய பெண்டிரின் புகைப்படம் / ஓவியத்தை அவர் டிபியாகத் தேர்வு செய்வதிலும் அவரது ரசனை என்பது தாண்டி ஒரு செய்தி இருக்கிறது. தோற்றத்தின் பின் செல்லும் 'face'book போன்ற சமூக வலைதளங்களில் எழுத்தெனும் அகத்தின் அழகைப் பிரதிபலிக்க அதற்குச் சமமான முகங்களைத் தேடிக் கொள்கிறார். தான் ஒரு பெண் எனக் காட்டுவதை விடவும் தன் எழுத்தின் பெண்மையை அடிக்கோடிடும் முனைப்பே அதில் எனக்குத் தெரிகிறது.

8) கவிதைகள் எழுதும் போது மொழி விளையாட்டுக்கள் தாண்டியும் வலுவான ஓர் இடைநிலைக் கவிதை மரபைக் கண்டடைகிறார். அவற்றின் உள்ளடக்கம் வழமையானது என்றாலும் சொற்களின் தேர்வும் கூறுமுறையும் அவற்றுக்கு ஒரு முக்கியத்துவத்தை அளிக்கின்றன. சில கட்டுரைகளின் வழியாகவும் அவர் தன் இருப்பைத் தெரியப்படுத்தி இருக்கிறார்.

9) இவற்றை ஒதுக்கி வைத்து விட்டு சிறுகதைகளில் சீரியஸ் முகத்துடன் நான் இன்னும் ஆழமானவள் என்ற அறைகூவலை அதிராமல் செய்து வியக்க வைக்கிறார். மீனம்மா சொல்வது போல் சாதாரண மனிதர்களின் மனங்களின் இருண்மையை ஆராய்வதாக அவை அமைந்திருக்கின்றன. அவரது எழுத்தின் *craft*-ல் மேம்பாட்டுச் சாத்தியங்கள் இருக்கலாம். ஆனால் ஒரு சிறந்த புனைவெழுத்தாளராகப் பரிணமிக்கும் வாய்ப்புகள் அவரிடம் இருக்கின்றன.

10) ஆண்களில் ஒரு ரமணிச்சந்திரன் இருந்து, அவர் தான் எழுதும் நாவல்களில் கனவு நாயகிகளை உண்டாக்கினால் அப்பாத்திரங்களில் சௌம்யாவின் பலமான சாயை இருக்கும். அதனால் அவரைக் கவனித்துத் தொடரும் அத்தனை ஆண்களுக்கும் அவர் பிடித்தமானவராக, மரியாதைக்குரியவராக இருக்கிறார். அப்படியான கற்பனை விஷயமாக அவர் தோன்றுவதால்தான் அவர் பெண்ணாக இருக்க வாய்ப்பில்லை என நம்புகிறார்கள்.

(மார்ச் 29, 2023)

★★★

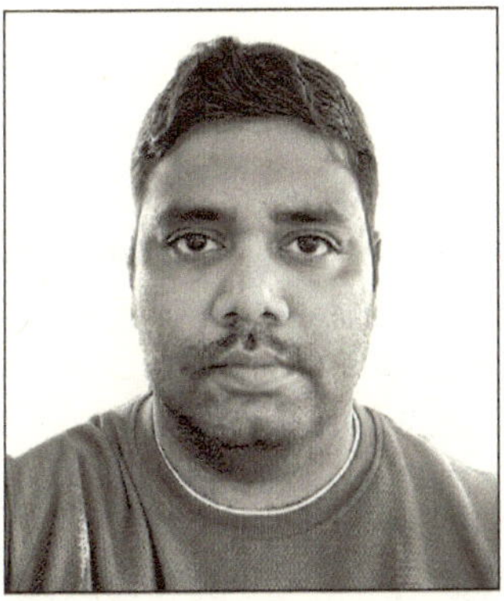

சி. சரவணகார்த்திகேயன்

கோவை சிங்காநல்லூரில் ஆகஸ்ட் 13, 1984 அன்று பிறந்த இவர், ஈரோட்டில் பள்ளிப் படிப்பை முடித்தார். சென்னை கிண்டி பொறியியல் கல்லூரியில் கணிப்பொறியியல் பயின்ற இவர், தற்போது பெங்களூரில் மென்பொருள் துறையில் பணியாற்றுகிறார்.

13 வயதிலிருந்து எழுதி வந்தாலும் முதல் பிரசுரம் 23 வயதில் நடந்தது. இதுவரை 36 நூல்களை வெளியிட்டுள்ளார் - இதில் 1 பெருநாவல், 2 நாவல்கள், 2 குறுநாவல்கள், 35 சிறுகதைகள், 80க்கும் மேலான நுண்கதைகள், 2 கவிதைத் தொகுதிகள் அடக்கம்.

ஆதித்த கரிகாலன் கொலை வழக்கு, ஆப்பிளுக்கு முன், 96: தனிப்பெருங்காதல், இறுதி இரவு, குஜராத் 2002 கலவரம், பரத்தை கூற்று ஆகியன இவரது புகழ்பெற்ற நூல்கள். அதிசுவாரஸ்யமான நடையில் தீவிர இலக்கியம் எழுதுவது இவரது தனித்துவம். இவரது அபுனைவுகள் செறிவான தரவுகள் மீது வலுவான தர்க்கத்தால் கட்டமைக்கப்பட்டவை.

2017ல் உயிர்மை வழங்கும் சுஜாதா விருது (இணையம்), 2019ல் திருப்பூர் இலக்கிய விருது (ஆப்பிளுக்கு முன் நாவலுக்காக), 2009ல் தமிழ் வளர்ச்சித் துறையின் சிறந்த நூல் விருது (முதல் நூலான சந்திரயானுக்காக) பெற்றவர். 2016ல் அகம் - பிரதிலிபி நடத்திய 'ஞயம் பட வரை' கட்டுரைப் போட்டியில் முதல் பரிசும், 2018ல் தினமணி- சிவசங்கரி சிறுகதைப் போட்டியில் ஆறுதல் பரிசும் (பெட்டை) பெற்றார். 2007ல் குங்குமம் இதழில் வைரமுத்து இவரது 'ஒருத்தி நினைக்கையிலே...' வைமுத்திரைக் கவிதையாகத் தேர்ந்தெடுத்தார்.

குங்குமம் இதழில் ச்சீய்... பக்கங்கள் (2012), ஆகாயம் கனவு அப்துல் கலாம் (2015), Notion Press / Bynge-ல் ஆதித்த கரிகாலன் கொலை வழக்கு (2021), அம்ருதா இதழில் நொபேல் விருதுகள் (2011), விகடன்.காமில் ஹலோ, ப்ளூடிக் நண்பா! (2019) ஆகிய தொடர்களை எழுதினார். தவிர, உயிர்மை, தீராநதி, விகடன் தடம், அகநாழிகை, ஆனந்த விகடன், குமுதம், தினமணி கதிர், காமதேனு, ஆழம்ஆகிய அச்சிதழ்களிலும், உயிர்மை, தமிழினி, அரூ, தமிழ் பேப்பர், மெட்ராஸ் பேப்பர்ஆகிய மின்னிதழ்களிலும் எழுதியிருக்கிறார்.

'தமிழ்' என்ற மின்னிதழ் நடத்தி அதில் ஜெயமோகன், யுவன் சந்திரசேகர், பெருமாள் முருகனை நீள்நேர்காணல் செய்துள்ளார். திருக்குறள், கம்பராமாயணம் இரண்டுக்கும் கவிதை நடையில் உரையெழுதி இருக்கிறார். இவரது 'மதுமிதா - சில குறிப்புகள்' கதை குறும்படமானது. திரைப்படங்கள், வலைத்தொடர்களுக்கு திரைக்கதை எழுதியுள்ளார். உயிர்மை சுஜாதா விருதுகள், Kindle Pen to Publish போட்டிகளில் நடுவராக இருந்துள்ளார்.

நண்பர்கள், வாசகர்களால் 'ரைட்டர்' என்றும் 'சிஎஸ்கே' என்றும் அழைக்கப்படுகிறார். இலக்கியம், திரைப்படம், இசை தவிர தத்துவத்தில் ஆர்வம் உண்டு. பெற்றோர் இரா. சின்னதுரை - சி. தெய்வாத்தாள். மனைவி ந. பார்வதி யமுனா. மகன்கள் ஞானி - போதி.

மின்னஞ்சல்: c.saravanakarthikeyan@gmail.com

வலைதளம்: http://www.writercsk.com

சமூக வலைதளம்:
Facebook : Saravanakarthikeyan Chinnadurai
X & Instagram : writercsk

புத்தகங்கள்

இலக்கியம்

நாவல்

- ஆதித்த கரிகாலன் கொலை வழக்கு - 2022
- கன்னித்தீவு - 2019
- ஆப்பிளுக்கு முன் - 2017

சிறுகதை

- பெருங்களிறு - 2023
- கிருமி - 2021
- மியாவ் - 2018
- இறுதி இரவு - 2016

பிற புனைவு

- 69 [நுண்கதை] - 2021
- கறுப்பு சிவப்பு வெளுப்பு- 2021 (மின்னூல்)

கவிதை

- தேவதை புராணம் - 2012
- பரத்தை கூற்று - 2010

கவிதை உரை

- மண் மக்கள் மன்னன் [கம்பராமாயணம்] - 2024
- ரதி ரகசியம் [திருக்குறள்] - 2019

கட்டுரை

- ரைட்டர் - 2024
- ஜெயமோகம் - 2024
- ஜோல்னா பை - 2021

நேர்காணல்

- மும்மூர்த்திகள் - 2019

அபுனைவு

அறிவியல்

- ஒரு கோப்பை பிரபஞ்சம் - 2019
- ஃபீனிக்ஸ் கனவுகள் - 2016
- கிட்டதட்ட கடவுள் - 2013
- சந்திரயான் - 2009

வரலாறு

- ச்சீய்... பக்கங்கள் - 2014
- குஜராத் 2002 கலவரம் - 2014

அரசியல்

- திராவிடம் என்றால் என்ன? - 2024
- தளபதி Vs தளபதி - 2024
- மக்களின் அபின்- 2021
- அம்பேத்கர் பெரியார் அயோத்திதாசர்- 2021
- இந்தி தேசிய மொழியா? - 2019
- அநீதிக் கதைகள் - 2019

திரைப்படம்

- ஐ லவ் யூ மிஷ்கின் - 2019
- 96: தனிப்பெருங்காதல் - 2018

ரசனை

- இசை: இளையராஜா - 2024
- கற்பதுவே கேட்பதுவே கருதுவதே- 2021

பெண்

- மீயழகி - 2021

அனுபவம்

- Girls, Goddesses & Gentlewomen - 2020 (E-Book)
- பெண் + கள் + ஊர் - 2019 (மின்னூல்)

(ஸீரோ டிகிரி, கிழக்கு, உயிர்மை, கிண்டில் ஆகியவற்றில் இவரது நூல்கள் கிடைக்கும்.)

www.ingramcontent.com/pod-product-compliance
Lightning Source LLC
LaVergne TN
LVHW102038051026
849518LV00014B/2018
* 9 7 8 9 3 4 8 4 3 9 2 4 6 *